T R A N Z L A T Y

La Langue est pour tout le Monde

Ngôn ngữ dành cho tất cả mọi người

Le Manifeste Communiste

Tuyên ngôn Cộng sản

Karl Marx
&
Friedrich Engels

Français / Tiếng Việt

Introduction
Giới thiệu

Un spectre hante l'Europe : le spectre du communisme
Một bóng ma đang ám ảnh châu Âu - bóng ma của chủ nghĩa
cộng sản
**Toutes les puissances de la vieille Europe ont conclu une
sainte alliance pour exorciser ce spectre**
Tất cả các cường quốc của châu Âu cũ đã tham gia vào một
liên minh thần thánh để xua đuổi bóng ma này
**Le pape et le tsar, Metternich et Guizot, les radicaux français
et les espions de la police allemande**
Giáo hoàng và Sa hoàng, Metternich và Guizot, Cấp tiến Pháp
và gián điệp cảnh sát Đức
**Où est le parti dans l'opposition qui n'a pas été décrié
comme communiste par ses adversaires au pouvoir ?**
Đảng đối lập ở đâu mà không bị các đối thủ cầm quyền lên án
là Cộng sản?
**Où est l'opposition qui n'a pas rejeté le reproche de marque
du communisme contre les partis d'opposition les plus
avancés ?**
Đâu là phe đối lập đã không đẩy lùi sự khiển trách thương
hiệu của chủ nghĩa cộng sản, chống lại các đảng đối lập tiên
tiến hơn?
**Et où est le parti qui n'a pas porté l'accusation contre ses
adversaires réactionnaires ?**
Và đâu là đảng chưa tố cáo các đối thủ phản động của mình?
Deux choses résultent de ce fait
Hai điều xuất phát từ thực tế này
**I. Le communisme est déjà reconnu par toutes les puissances
européennes comme étant lui-même une puissance**
I. Chủ nghĩa cộng sản đã được tất cả các cường quốc châu Âu
thừa nhận là một cường quốc
**II. Il est grand temps que les communistes publient
ouvertement, à la face du monde entier, leurs vues, leurs
buts et leurs tendances**

II. Đã đến lúc những người cộng sản phải công khai, trước mặt toàn thế giới, công bố quan điểm, mục đích và xu hướng của họ

ils doivent répondre à ce conte enfantin du spectre du communisme par un manifeste du parti lui-même

họ phải đáp ứng câu chuyện vườn ươm này về Bóng ma của chủ nghĩa cộng sản với một Tuyên ngôn của chính đảng

À cette fin, des communistes de diverses nationalités se sont réunis à Londres et ont esquissé le manifeste suivant

Để đạt được mục đích này, những người Cộng sản thuộc nhiều quốc tịch khác nhau đã tập hợp tại London và phác thảo Tuyên ngôn sau đây

ce manifeste sera publié en anglais, français, allemand, italien, flamand et danois

bản tuyên ngôn này sẽ được xuất bản bằng các ngôn ngữ Anh, Pháp, Đức, Ý, Flemish và Đan Mạch

Et maintenant, il doit être publié dans toutes les langues proposées par Tranzlaty

Và bây giờ nó sẽ được xuất bản bằng tất cả các ngôn ngữ mà Tranzlaty cung cấp

Les bourgeois et les prolétaires
Tư sản và vô sản

L'histoire de toutes les sociétés qui ont existé jusqu'à présent est l'histoire des luttes de classes

Lịch sử của tất cả các xã hội tồn tại cho đến nay là lịch sử của các cuộc đấu tranh giai cấp

Homme libre et esclave, patricien et plébéien, seigneur et serf, maître de guilde et compagnon

Người tự do và nô lệ, quý tộc và plebeian, lãnh chúa và nông nô, chủ bang hội và người hành trình

en un mot, oppresseur et opprimé

Nói một cách dễ hiểu, kẻ áp bức và bị áp bức

Ces classes sociales étaient en opposition constante les unes avec les autres

Những tầng lớp xã hội này liên tục đối lập với nhau

Ils se sont battus sans interruption. Maintenant caché, maintenant ouvert

Họ tiếp tục một cuộc chiến không bị gián đoạn. Bây giờ ẩn, bây giờ mở

un combat qui s'est terminé par une reconstitution révolutionnaire de la société dans son ensemble

Một cuộc chiến hoặc kết thúc bằng một cuộc cách mạng tái cấu trúc xã hội nói chung

ou un combat qui s'est terminé par la ruine commune des classes en lutte

hoặc một cuộc chiến kết thúc trong sự hủy hoại chung của các giai cấp tranh chấp

Jetons un coup d'œil aux époques antérieures de l'histoire

Chúng ta hãy nhìn lại những kỷ nguyên trước đó của lịch sử

Nous trouvons presque partout un arrangement compliqué de la société en divers ordres

Chúng ta thấy hầu như ở khắp mọi nơi một sự sắp xếp phức tạp của xã hội thành nhiều trật tự khác nhau

Il y a toujours eu une gradation multiple du rang social

Luôn luôn có một sự phân cấp đa dạng của cấp bậc xã hội

Dans la Rome antique, nous avons des patriciens, des chevaliers, des plébéiens, des esclaves

Ở La Mã cổ đại, chúng ta có những người yêu nước, hiệp sĩ, plebeians, nô lệ

au Moyen Âge : seigneurs féodaux, vassaux, maîtres de corporation, compagnons, apprentis, serfs

vào thời trung cổ: lãnh chúa phong kiến, chư hầu, chủ bang hội, người hành trình, người học việc, nông nô

Dans presque toutes ces classes, encore une fois, les gradations subordonnées

Trong hầu hết các lớp này, một lần nữa, cấp bậc phụ

La société bourgeoise moderne est née des ruines de la société féodale

Xã hội tư sản hiện đại đã nảy mầm từ đống đổ nát của xã hội phong kiến

Mais ce nouvel ordre social n'a pas fait disparaître les antagonismes de classe

Nhưng trật tự xã hội mới này đã không xóa bỏ sự đối kháng giai cấp

Elle n'a fait qu'établir de nouvelles classes et de nouvelles conditions d'oppression

Nó đã thiết lập các giai cấp mới và các điều kiện áp bức mới

Il a mis en place de nouvelles formes de lutte à la place des anciennes

Nó đã thiết lập các hình thức đấu tranh mới thay cho các hình thức đấu tranh cũ

Cependant, l'époque dans laquelle nous nous trouvons possède un trait distinctif

Tuy nhiên, thời đại mà chúng ta thấy mình đang ở sở hữu một đặc điểm khác biệt

l'époque de la bourgeoisie a simplifié les antagonismes de classe

thời đại của giai cấp tư sản đã đơn giản hóa sự đối kháng giai cấp

La société dans son ensemble se divise de plus en plus en deux grands camps hostiles

Xã hội nói chung ngày càng chia thành hai phe thù địch lớn

deux grandes classes sociales qui se font directement face : la bourgeoisie et le prolétariat

hai giai cấp xã hội lớn đối diện trực tiếp với nhau: Tư sản và Vô sản

Des serfs du Moyen Âge sont sortis les bourgeois agréés des premières villes

Từ nông nô thời Trung cổ đã xuất hiện những người chăn nuôi điều lệ của các thị trấn sớm nhất

C'est à partir de ces bourgeois que se sont développés les premiers éléments de la bourgeoisie

Từ những kẻ trộm cắp này, những yếu tố đầu tiên của giai cấp tư sản đã được phát triển

La découverte de l'Amérique et le contournement du Cap

Khám phá ra nước Mỹ và vòng quanh Cape

ces événements ont ouvert un nouveau terrain à la bourgeoisie montante

những sự kiện này đã mở ra nền tảng mới cho giai cấp tư sản đang trỗi dậy

Les marchés des Indes orientales et de la Chine, la colonisation de l'Amérique, le commerce avec les colonies

Thị trường Đông Ấn và Trung Quốc, thuộc địa của Mỹ, thương mại với các thuộc địa

l'augmentation des moyens d'échange et des marchandises en général

sự gia tăng các phương tiện trao đổi và hàng hóa nói chung

Ces événements donnèrent au commerce, à la navigation et à l'industrie une impulsion jamais connue jusque-là

Những sự kiện này đã mang lại cho thương mại, điều hướng và ngành công nghiệp một động lực chưa từng được biết đến trước đây

Elle a donné un développement rapide à l'élément révolutionnaire dans la société féodale chancelante

Nó đã phát triển nhanh chóng yếu tố cách mạng trong xã hội phong kiến đang lung lay

Les guildes fermées avaient monopolisé le système féodal de la production industrielle

Các bang hội khép kín đã độc quyền hệ thống sản xuất công nghiệp phong kiến

Mais cela ne suffisait plus aux besoins croissants des nouveaux marchés

Nhưng điều này không còn đủ cho nhu cầu ngày càng tăng của các thị trường mới

Le système manufacturier a pris la place du système féodal de l'industrie

Hệ thống sản xuất đã thay thế hệ thống công nghiệp phong kiến

Les maîtres de guilde étaient poussés d'un côté par la classe moyenne manufacturière

Các guild-master bị đẩy sang một bên bởi tầng lớp trung lưu sản xuất

La division du travail entre les différentes corporations a disparu

Phân công lao động giữa các bang hội doanh nghiệp khác nhau biến mất

La division du travail s'infiltrait dans chaque atelier

Sự phân công lao động thâm nhập vào từng phân xưởng

Pendant ce temps, les marchés ne cessaient de croître et la demande ne cessait d'augmenter

Trong khi đó, các thị trường tiếp tục phát triển và nhu cầu ngày càng tăng

Même les usines ne suffisaient plus à répondre à la demande

Ngay cả các nhà máy cũng không còn đủ để đáp ứng nhu cầu

À partir de là, la vapeur et les machines ont révolutionné la production industrielle

Do đó, hơi nước và máy móc đã cách mạng hóa sản xuất công nghiệp

La place de fabrication a été prise par le géant de l'industrie moderne

Nơi sản xuất đã được thực hiện bởi người khổng lồ, Công
nghiệp hiện đại

**La place de la classe moyenne industrielle a été prise par des
millionnaires industriels**

Vị trí của tầng lớp trung lưu công nghiệp đã được thực hiện
bởi các triệu phú công nghiệp

**la place de chefs d'armées industrielles entières ont été
prises par la bourgeoisie moderne**

vị trí của các nhà lãnh đạo của toàn bộ quân đội công nghiệp
đã được thực hiện bởi giai cấp tư sản hiện đại

**la découverte de l'Amérique a ouvert la voie à l'industrie
moderne pour établir le marché mondial**

việc phát hiện ra nước Mỹ đã mở đường cho ngành công
nghiệp hiện đại thiết lập thị trường thế giới

**Ce marché donna un immense développement au commerce,
à la navigation et aux communications par terre**

Thị trường này đã cho một sự phát triển to lớn cho thương
mại, hàng hải và thông tin liên lạc bằng đường bộ

**Cette évolution a, en son temps, réagi à l'extension de
l'industrie**

Sự phát triển này, trong thời gian của nó, đã phản ứng về việc
mở rộng ngành công nghiệp

**elle a réagi proportionnellement à l'expansion de l'industrie
et à l'extension du commerce, de la navigation et des
chemins de fer**

Nó phản ứng tỷ lệ thuận với cách ngành công nghiệp mở
rộng, và cách thương mại, điều hướng và đường sắt mở rộng

**dans la même proportion que la bourgeoisie s'est
développée, elle a augmenté son capital**

trong cùng một tỷ lệ mà giai cấp tư sản phát triển, họ đã tăng
vốn của họ

**et la bourgeoisie a relégué à l'arrière-plan toutes les classes
héritées du Moyen Âge**

và giai cấp tư sản bị đẩy vào nền tảng mọi giai cấp được lưu
truyền từ thời Trung cổ

c'est pourquoi la bourgeoisie moderne est elle-même le produit d'un long développement

do đó giai cấp tư sản hiện đại tự nó là sản phẩm của một quá trình phát triển lâu dài

On voit qu'il s'agit d'une série de révolutions dans les modes de production et d'échange

Chúng ta thấy đó là một loạt các cuộc cách mạng trong các phương thức sản xuất và trao đổi

Chaque étape du développement de la bourgeoisie s'accompagnait d'une avancée politique correspondante

Mỗi bước phát triển của giai cấp tư sản đều đi kèm với một bước tiến chính trị tương ứng

Une classe opprimée sous l'emprise de la noblesse féodale

Một giai cấp bị áp bức dưới sự thống trị của giới quý tộc phong kiến

Une association armée et autonome dans la commune médiévale

Một hiệp hội vũ trang và tự quản ở xã thời trung cổ

ici, une république urbaine indépendante (comme en Italie et en Allemagne)

ở đây, một nước cộng hòa đô thị độc lập (như ở Ý và Đức)

là, un « tiers état » imposable de la monarchie (comme en France)

ở đó, một "bất động sản thứ ba" chịu thuế của chế độ quân chủ (như ở Pháp)

par la suite, dans la période de fabrication proprement dite

sau đó, trong thời kỳ sản xuất thích hợp

la bourgeoisie servait soit la monarchie semi-féodale, soit la monarchie absolue

giai cấp tư sản phục vụ chế độ nửa phong kiến hoặc quân chủ tuyệt đối

ou bien la bourgeoisie faisait contrepoids à la noblesse

hoặc giai cấp tư sản đóng vai trò đối trọng với giới quý tộc

et, en fait, la bourgeoisie était une pierre angulaire des grandes monarchies en général

và, trên thực tế, giai cấp tư sản là nền tảng của các chế độ quân chủ vĩ đại nói chung

mais l'industrie moderne et le marché mondial se sont établis depuis lors

nhưng ngành công nghiệp hiện đại và thị trường thế giới đã tự thiết lập kể từ đó

et la bourgeoisie s'est emparée de l'emprise politique exclusive

và giai cấp tư sản đã chinh phục cho mình sự thống trị chính trị độc quyền

elle a obtenu cette influence politique à travers l'État représentatif moderne

nó đã đạt được ảnh hưởng chính trị này thông qua Nhà nước đại diện hiện đại

Les exécutifs de l'État moderne ne sont qu'un comité de gestion

Các giám đốc điều hành của Nhà nước hiện đại chỉ là một ủy ban quản lý

et ils gèrent les affaires communes de toute la bourgeoisie

và họ quản lý các vấn đề chung của toàn bộ giai cấp tư sản

La bourgeoisie, historiquement, a joué un rôle des plus révolutionnaires

Giai cấp tư sản, trong lịch sử, đã đóng một vai trò cách mạng nhất

Partout où elle a pris le dessus, elle a mis fin à toutes les relations féodales, patriarcales et idylliques

Bất cứ nơi nào chiếm thế thượng phong, nó chấm dứt mọi quan hệ phong kiến, gia trưởng và bình dị

Elle a impitoyablement déchiré les liens féodaux hétéroclites qui liaient l'homme à ses « supérieurs naturels »

Nó đã xé nát một cách đáng thương mối quan hệ phong kiến motley ràng buộc con người với "cấp trên tự nhiên" của mình

et il n'y a plus de lien entre l'homme et l'homme, si ce n'est l'intérêt personnel

Và nó đã không còn mối liên hệ nào giữa con người và con người, ngoài lợi ích cá nhân trần trụi

Les relations de l'homme entre eux ne sont plus qu'un « paiement en espèces » impitoyable

Mối quan hệ của con người với nhau đã trở thành không gì khác hơn là "thanh toán bằng tiền mặt" nhẫn tâm

Elle a noyé les extases les plus célestes de la ferveur religieuse

Nó đã nhấn chìm những sự ngây ngất trên trời nhất của lòng nhiệt thành tôn giáo

elle a noyé l'enthousiasme chevaleresque et le sentimentalisme philistin

Nó đã nhấn chìm sự nhiệt tình hào hiệp và chủ nghĩa đa cảm philistine

Il a noyé ces choses dans l'eau glacée du calcul égoïste

Nó đã nhấn chìm những thứ này trong nước băng giá của tính toán tự cao tự đại

Il a transformé la valeur personnelle en valeur échangeable

Nó đã giải quyết giá trị cá nhân thành giá trị trao đổi

elle a remplacé les innombrables et inaliénables libertés garanties par la Charte

Nó đã thay thế vô số quyền tự do đặc quyền và không khả thi

et il a mis en place une liberté unique et inadmissible ; Libre-échange

và nó đã thiết lập một sự tự do duy nhất, vô lương tâm; Thương mại tự do

En un mot, il l'a fait pour l'exploitation

Nói một cách dễ hiểu, nó đã làm điều này để khai thác

Une exploitation voilée par des illusions religieuses et politiques

Sự bóc lột bị che đậy bởi những ảo tưởng tôn giáo và chính trị

l'exploitation voilée par une exploitation nue, éhontée, directe, brutale

Sự bóc lột được che đậy bởi sự bóc lột trần trụi, không biết xấu hổ, trực tiếp, tàn bạo

la bourgeoisie a enlevé l'auréole de toutes les occupations jusque-là honorées et vénérées

giai cấp tư sản đã lột bỏ vầng hào quang khỏi mọi nghề nghiệp được tôn vinh và tôn kính trước đây

le médecin, l'avocat, le prêtre, le poète et l'homme de science

Bác sĩ, luật sư, linh mục, nhà thơ và con người của khoa học

Il a converti ces travailleurs distingués en ses travailleurs salariés

Nó đã chuyển đổi những công nhân xuất sắc này thành những người lao động làm công ăn lương được trả lương

La bourgeoisie a déchiré le voile sentimental de la famille

Giai cấp tư sản đã xé bức màn tình cảm ra khỏi gia đình

et elle a réduit la relation familiale à une simple relation d'argent

Và nó đã làm giảm mối quan hệ gia đình thành một mối quan hệ tiền bạc đơn thuần

la brutale démonstration de vigueur au Moyen Âge que les réactionnaires admirent tant

sự thể hiện sức sống tàn bạo trong thời Trung cổ mà những kẻ phản động rất ngưỡng mộ

Même cela a trouvé son complément approprié dans l'indolence la plus paresseuse

Ngay cả điều này cũng tìm thấy sự bổ sung phù hợp của nó trong sự lười biếng lười biếng nhất

La bourgeoisie a révélé comment tout cela s'est passé

Giai cấp tư sản đã tiết lộ làm thế nào tất cả những điều này xảy ra

La bourgeoisie a été la première à montrer ce que l'activité de l'homme peut produire

Giai cấp tư sản là những người đầu tiên cho thấy những gì hoạt động của con người có thể mang lại

Il a accompli des merveilles surpassant de loin les pyramides égyptiennes, les aqueducs romains et les cathédrales gothiques

Nó đã đạt được những điều kỳ diệu vượt xa các kim tự tháp Ai Cập, cống dẫn nước La Mã và nhà thờ Gothic

et il a mené des expéditions qui ont mis dans l'ombre tous les anciens Exodes des nations et les croisades

và nó đã tiến hành các cuộc thám hiểm đưa vào bóng râm tất cả các cuộc Xuất hành trước đây của các quốc gia và các cuộc thập tự chinh

La bourgeoisie ne peut exister sans révolutionner sans cesse les instruments de production

Giai cấp tư sản không thể tồn tại mà không liên tục cách mạng hóa các công cụ sản xuất

et par conséquent elle ne peut exister sans ses rapports à la production

và do đó nó không thể tồn tại mà không có mối quan hệ của nó với sản xuất

et donc elle ne peut exister sans ses relations avec la société

Và do đó nó không thể tồn tại mà không có mối quan hệ của nó với xã hội

Toutes les classes industrielles antérieures avaient une condition en commun

Tất cả các tầng lớp công nghiệp trước đó đều có một điểm chung

Ils s'appuyaient sur la conservation des anciens modes de production

Họ dựa vào việc bảo tồn các phương thức sản xuất cũ

mais la bourgeoisie a apporté avec elle une dynamique tout à fait nouvelle

nhưng giai cấp tư sản mang theo một động lực hoàn toàn mới

Révolution constante de la production et perturbation ininterrompue de toutes les conditions sociales

Liên tục cách mạng hóa sản xuất và xáo trộn liên tục của tất cả các điều kiện xã hội

cette incertitude et cette agitation perpétuelles distinguent l'époque bourgeoise de toutes les époques antérieures

sự không chắc chắn và kích động vĩnh cửu này phân biệt thời đại tư sản với tất cả các thời đại trước đó

Les relations antérieures avec la production s'accompagnaient de préjugés et d'opinions anciens et vénérables

Quan hệ trước đây với sản xuất đi kèm với những định kiến
và quan điểm cổ xưa và đáng kính

**Mais toutes ces relations figées et figées sont balayées d'un
revers de main**

Nhưng tất cả những mối quan hệ cố định, đóng băng nhanh
chóng này đều bị cuốn trôi

**Toutes les relations nouvellement formées deviennent
archaïques avant de pouvoir s'ossifier**

Tất cả các mối quan hệ mới được hình thành trở nên lỗi thời
trước khi chúng có thể hóa thạch

**Tout ce qui est solide se fond dans l'air, et tout ce qui est
saint est profané**

Tất cả những gì là rắn tan vào không khí, và tất cả những gì
thiêng liêng đều bị xúc phạm

**L'homme est enfin forcé de faire face, avec des sens sobres, à
ses conditions réelles de vie**

Cuối cùng, con người buộc phải đối mặt với các giác quan tinh
táo, những điều kiện sống thực sự của mình

et il est obligé de faire face à ses relations avec les siens

Và anh ta buộc phải đối mặt với mối quan hệ của mình với
đồng loại của mình

**La bourgeoisie a constamment besoin d'élargir ses marchés
pour ses produits**

Giai cấp tư sản không ngừng cần mở rộng thị trường cho các
sản phẩm của mình

**et, à cause de cela, la bourgeoisie est poursuivie sur toute la
surface du globe**

và, vì điều này, giai cấp tư sản bị truy đuổi trên toàn bộ bề
mặt địa cầu

**La bourgeoisie doit se nicher partout, s'installer partout,
établir des liens partout**

Giai cấp tư sản phải nép mình ở khắp mọi nơi, định cư ở khắp
mọi nơi, thiết lập kết nối ở mọi nơi

**La bourgeoisie doit créer des marchés dans tous les coins du
monde pour exploiter**

Giai cấp tư sản phải tạo ra thị trường ở mọi nơi trên thế giới để khai thác

La production et la consommation dans tous les pays ont reçu un caractère cosmopolite

Việc sản xuất và tiêu thụ ở mọi quốc gia đã được đưa ra một đặc tính quốc tế

le chagrin des réactionnaires est palpable, mais il s'est poursuivi malgré tout

sự thất vọng của những kẻ phản động là có thể cảm nhận được, nhưng nó vẫn tiếp tục bất kể

La bourgeoisie a tiré de dessous les pieds de l'industrie le terrain national sur lequel elle se trouvait

Giai cấp tư sản đã rút ra từ dưới chân ngành công nghiệp nền tảng quốc gia mà nó đang đứng

Toutes les anciennes industries nationales ont été détruites, ou sont détruites chaque jour

Tất cả các ngành công nghiệp quốc gia lâu đời đã bị phá hủy, hoặc đang bị phá hủy hàng ngày

Toutes les anciennes industries nationales sont délogées par de nouvelles industries

Tất cả các ngành công nghiệp quốc gia được thành lập cũ đều bị đánh bật bởi các ngành công nghiệp mới

Leur introduction devient une question de vie ou de mort pour toutes les nations civilisées

Sự giới thiệu của họ trở thành một câu hỏi sinh tử cho tất cả các quốc gia văn minh

Ils sont délogés par les industries qui ne travaillent plus la matière première indigène

Họ bị đánh bật bởi các ngành công nghiệp không còn làm việc với nguyên liệu thô bản địa

Au lieu de cela, ces industries extraient des matières premières des zones les plus reculées

Thay vào đó, các ngành công nghiệp này kéo nguyên liệu thô từ các vùng xa xôi nhất

dont les produits sont consommés, non seulement chez nous, mais dans tous les coins du monde

Các ngành công nghiệp có sản phẩm được tiêu thụ, không chỉ ở nhà, mà ở mỗi phần tư trên toàn cầu

À la place des anciens besoins, satisfaits par les productions du pays, nous trouvons de nouveaux besoins

Thay vì những mong muốn cũ, được thỏa mãn bởi các sản phẩm của đất nước, chúng tôi tìm thấy những mong muốn mới

Ces nouveaux besoins exigent pour leur satisfaction les produits des pays et des climats lointains

Những mong muốn mới này đòi hỏi sự hài lòng của họ các sản phẩm của những vùng đất xa xôi và khí hậu

À la place de l'ancien isolement et de l'autosuffisance locaux et nationaux, nous avons le commerce

Thay vì sự ẩn dật và tự cung tự cấp của địa phương và quốc gia cũ, chúng ta có thương mại

les échanges internationaux dans toutes les directions ; l'interdépendance universelle des nations

trao đổi quốc tế theo mọi hướng; sự phụ thuộc lẫn nhau phổ quát của các quốc gia

Et de même que nous sommes dépendants des matériaux, nous sommes dépendants de la production intellectuelle

Và cũng giống như chúng ta có sự phụ thuộc vào vật chất, vì vậy chúng ta phụ thuộc vào sản xuất trí tuệ

Les créations intellectuelles des nations individuelles deviennent la propriété commune

Những sáng tạo trí tuệ của từng quốc gia trở thành tài sản chung

L'unilatéralité nationale et l'étroitesse d'esprit deviennent de plus en plus impossibles

Sự phiến diện và hẹp hòi của quốc gia ngày càng trở nên bất khả thi

et des nombreuses littératures nationales et locales, surgit une littérature mondiale

Và từ nhiều nền văn học quốc gia và địa phương, đã nảy sinh một nền văn học thế giới

par l'amélioration rapide de tous les instruments de production

bằng cách cải tiến nhanh chóng tất cả các công cụ sản xuất

par les moyens de communication immensément facilités

bằng các phương tiện truyền thông vô cùng thuận lợi

La bourgeoisie entraîne tout le monde (même les nations les plus barbares) dans la civilisation

Giai cấp tư sản lôi kéo tất cả (ngay cả những quốc gia man rợ nhất) vào nền văn minh

Les prix bon marché de ses marchandises ; l'artillerie lourde qui abat toutes les murailles chinoises

Giá rẻ của hàng hóa của nó; pháo hạng nặng đập sập tất cả các bức tường của Trung Quốc

La haine obstinée des barbares contre les étrangers est forcée de capituler

Lòng căm thù cố chấp mãnh liệt của những kẻ man rợ đối với người nước ngoài buộc phải đầu hàng

Elle oblige toutes les nations, sous peine d'extinction, à adopter le mode de production bourgeois

Nó buộc tất cả các quốc gia, trên bờ vực tuyệt chủng, phải áp dụng phương thức sản xuất tư sản

elle les oblige à introduire ce qu'elle appelle la civilisation en leur sein

Nó buộc họ phải giới thiệu cái mà nó gọi là nền văn minh vào giữa họ

La bourgeoisie force les barbares à devenir eux-mêmes bourgeois

Giai cấp tư sản buộc những kẻ man rợ trở thành chính giai cấp tư sản

en un mot, la bourgeoisie crée un monde à son image

nói một cách dễ hiểu, giai cấp tư sản tạo ra một thế giới theo hình ảnh của chính nó

La bourgeoisie a soumis les campagnes à la domination des villes

Giai cấp tư sản đã đặt nông thôn dưới sự cai trị của các thị trấn

Il a créé d'énormes villes et considérablement augmenté la population urbaine

Nó đã tạo ra những thành phố khổng lồ và làm tăng đáng kể dân số đô thị

Il a sauvé une partie considérable de la population de l'idiotie de la vie rurale

Nó đã giải cứu một phần đáng kể dân số khỏi sự ngu ngốc của cuộc sống nông thôn

mais elle a rendu les ruraux dépendants des villes

Nhưng nó đã làm cho những người ở nông thôn phụ thuộc vào các thị trấn

et de même, elle a rendu les pays barbares dépendants des pays civilisés

Và tương tự như vậy, nó đã làm cho các quốc gia man rợ phụ thuộc vào những nước văn minh

nations paysannes sur nations bourgeoises, l'Orient sur Occident

các quốc gia của nông dân trên các quốc gia của giai cấp tư sản, phương Đông trên phương Tây

La bourgeoisie se débarrasse de plus en plus de l'éparpillement de la population

Giai cấp tư sản ngày càng loại bỏ tình trạng phân tán của dân số

Il a une production agglomérée et a concentré la propriété entre quelques mains

Nó có sản xuất kết tụ, và đã tập trung tài sản trong một vài tay

La conséquence nécessaire de cela a été la centralisation politique

Hậu quả cần thiết của việc này là tập trung hóa chính trị

Il y avait eu des nations indépendantes et des provinces vaguement reliées entre elles

Đã có các quốc gia độc lập và các tỉnh kết nối lỏng lẻo

Ils avaient des intérêts, des lois, des gouvernements et des systèmes d'imposition distincts

Họ có lợi ích, luật pháp, chính phủ và hệ thống thuế riêng biệt

Mais ils ont été regroupés en une seule nation, avec un seul gouvernement

Nhưng họ đã trở nên gộp lại với nhau thành một quốc gia, với một chính phủ

Ils ont maintenant un intérêt de classe national, une frontière et un tarif douanier

Bây giờ họ có một lợi ích giai cấp quốc gia, một biên giới và một thuế quan hải quan

Et cet intérêt de classe national est unifié sous un seul code de loi

Và lợi ích giai cấp quốc gia này được thống nhất theo một bộ luật

la bourgeoisie a accompli beaucoup de choses au cours de son règne d'à peine cent ans

giai cấp tư sản đã đạt được nhiều thành tựu trong thời kỳ cai trị khan hiếm một trăm năm

forces productives plus massives et plus colossales que toutes les générations précédentes réunies

lực lượng sản xuất khổng lồ và khổng lồ hơn tất cả các thế hệ trước cộng lại

Les forces de la nature sont soumises à la volonté de l'homme et de ses machines

Các lực lượng của thiên nhiên bị khuất phục trước ý chí của con người và bộ máy của anh ta

La chimie s'applique à toutes les formes d'industrie et à tous les types d'agriculture

Hóa học được áp dụng cho tất cả các hình thức công nghiệp và các loại hình nông nghiệp

la navigation à vapeur, les chemins de fer, les télégraphes électriques et l'imprimerie

điều hướng hơi nước, đường sắt, điện báo và báo in

défrichement de continents entiers pour la culture, canalisation des rivières

giải phóng mặt bằng toàn bộ lục địa để canh tác, kênh rạch hóa các con sông

Des populations entières ont été extirpées du sol et mises au travail

Toàn bộ dân số đã được gợi lên từ mặt đất và đưa vào hoạt động

Quel siècle précédent avait ne serait-ce qu'un pressentiment de ce qui pourrait être déchaîné ?

Thế kỷ trước đó thậm chí còn có một dự cảm về những gì có thể được giải phóng?

Qui aurait prédit que de telles forces productives sommeillaient dans le giron du travail social ?

Ai dự đoán rằng lực lượng sản xuất như vậy ngủ quên trong lòng lao động xã hội?

Nous voyons donc que les moyens de production et d'échange ont été générés dans la société féodale

Khi đó chúng ta thấy rằng tư liệu sản xuất và trao đổi đã được tạo ra trong xã hội phong kiến

les moyens de production sur la base desquels la bourgeoisie s'est construite

tư liệu sản xuất mà giai cấp tư sản tự xây dựng trên nền tảng

À un certain stade du développement de ces moyens de production et d'échange

Ở một giai đoạn nhất định trong sự phát triển của các phương tiện sản xuất và trao đổi này

les conditions dans lesquelles la société féodale produisait et échangeait

các điều kiện theo đó xã hội phong kiến sản xuất và trao đổi

L'organisation féodale de l'agriculture et de l'industrie manufacturière

Tổ chức phong kiến nông nghiệp và công nghiệp chế biến, chế tạo

Les rapports féodaux de propriété n'étaient plus compatibles avec les conditions matérielles

quan hệ phong kiến về sở hữu không còn tương thích với điều kiện vật chất

Ils devaient être brisés, alors ils ont été brisés

Chúng phải được nổ tung dưới đây, vì vậy chúng bị nổ tung

À leur place s'est ajoutée la libre concurrence des forces productives

Vào vị trí của họ bước cạnh tranh tự do từ các lực lượng sản xuất

et ils étaient accompagnés d'une constitution sociale et politique adaptée à celle-ci

Và họ được kèm theo một hiến pháp xã hội và chính trị thích nghi với nó

et elle s'accompagnait de l'emprise économique et politique de la classe bourgeoise

và nó đi kèm với sự thống trị kinh tế và chính trị của giai cấp tư sản

Un mouvement similaire est en train de se produire sous nos yeux

Một phong trào tương tự đang diễn ra trước mắt chúng ta

La société bourgeoise moderne avec ses rapports de production, d'échange et de propriété

Xã hội tư sản hiện đại với quan hệ sản xuất, trao đổi và sở hữu

une société qui a inventé des moyens de production et d'échange aussi gigantesques

Một xã hội đã gợi lên những phương tiện sản xuất và trao đổi khổng lồ như vậy

C'est comme le sorcier qui a invoqué les puissances de l'au-delà

Nó giống như thầy phù thủy đã kêu gọi sức mạnh của thế giới Nether

Mais il n'est plus capable de contrôler ce qu'il a mis au monde

Nhưng anh ta không còn có thể kiểm soát những gì anh ta đã mang vào thế giới

Pendant de nombreuses décennies, l'histoire a été liée par un fil conducteur

Trong nhiều thập kỷ qua, lịch sử được gắn liền với nhau bởi một sợi chỉ chung

L'histoire de l'industrie et du commerce n'a été que l'histoire des révoltes

Lịch sử của công nghiệp và thương mại đã được nhưng lịch sử của các cuộc nổi dậy

Les révoltes des forces productives modernes contre les conditions modernes de production

các cuộc khởi nghĩa của lực lượng sản xuất hiện đại chống lại điều kiện sản xuất hiện đại

Les révoltes des forces productives modernes contre les rapports de propriété

các cuộc nổi dậy của lực lượng sản xuất hiện đại chống lại quan hệ sở hữu

ces rapports de propriété sont les conditions de l'existence de la bourgeoisie

những quan hệ tài sản này là điều kiện cho sự tồn tại của giai cấp tư sản

et l'existence de la bourgeoisie détermine les règles des rapports de propriété

và sự tồn tại của giai cấp tư sản quyết định các quy tắc cho quan hệ sở hữu

Il suffit de mentionner le retour périodique des crises commerciales

Nó là đủ để đề cập đến sự trở lại định kỳ của các cuộc khủng hoảng thương mại

chaque crise commerciale est plus menaçante pour la société bourgeoise que la précédente

mỗi cuộc khủng hoảng thương mại đều đe dọa xã hội tư sản nhiều hơn lần trước

Dans ces crises, une grande partie des produits existants sont détruits

Trong những cuộc khủng hoảng này, một phần lớn các sản phẩm hiện có bị phá hủy

Mais ces crises détruisent aussi les forces productives créées précédemment

Nhưng những cuộc khủng hoảng này cũng phá hủy các lực lượng sản xuất được tạo ra trước đó

Dans toutes les époques antérieures, ces épidémies auraient semblé une absurdité

Trong tất cả các kỷ nguyên trước đó, những dịch bệnh này dường như là một điều vô lý

parce que ces épidémies sont les crises commerciales de la surproduction

Bởi vì những dịch bệnh này là cuộc khủng hoảng thương mại của sản xuất dư thừa

La société se trouve soudain remise dans un état de barbarie momentanée

Xã hội đột nhiên thấy mình bị đưa trở lại trạng thái man rợ nhất thời

comme si une guerre universelle de dévastation avait coupé tous les moyens de subsistance

Như thể một cuộc chiến tranh tàn phá toàn cầu đã cắt đứt mọi phương tiện sinh hoạt

l'industrie et le commerce semblent avoir été détruits ; Et pourquoi ?

công nghiệp và thương mại dường như đã bị phá hủy; Và tại sao?

Parce qu'il y a trop de civilisation et de moyens de subsistance

Bởi vì có quá nhiều nền văn minh và phương tiện sinh hoạt

et parce qu'il y a trop d'industrie et trop de commerce

và bởi vì có quá nhiều ngành công nghiệp, và quá nhiều thương mại

Les forces productives à la disposition de la société ne développent plus la propriété bourgeoise

Lực lượng sản xuất theo ý của xã hội không còn phát triển tài sản tư sản

au contraire, ils sont devenus trop puissants pour ces conditions, par lesquelles ils sont enchaînés

Ngược lại, chúng đã trở nên quá mạnh mẽ đối với những điều kiện này, qua đó chúng bị trói buộc

dès qu'ils surmontent ces entraves, ils mettent le désordre dans toute la société bourgeoise

ngay khi họ vượt qua những xiềng xích này, họ mang lại sự rối loạn cho toàn bộ xã hội tư sản

et les forces productives mettent en danger l'existence de la propriété bourgeoise

và lực lượng sản xuất gây nguy hiểm cho sự tồn tại của tài sản tư sản

Les conditions de la société bourgeoise sont trop étroites pour englober les richesses qu'elles créent

Các điều kiện của xã hội tư sản quá hẹp để bao gồm sự giàu có do họ tạo ra

Et comment la bourgeoisie surmonte-t-elle ces crises ?

Và làm thế nào để giai cấp tư sản vượt qua những cuộc khủng hoảng này?

D'une part, elle surmonte ces crises par la destruction forcée d'une masse de forces productives

Một mặt, nó vượt qua những cuộc khủng hoảng này bằng cách cưỡng chế phá hủy một khối lượng lực lượng sản xuất

D'autre part, elle surmonte ces crises par la conquête de nouveaux marchés

Mặt khác, nó vượt qua những cuộc khủng hoảng này bằng cách chinh phục các thị trường mới

et elle surmonte ces crises par l'exploitation plus poussée des anciennes forces productives

Và nó vượt qua những khủng hoảng này bằng cách khai thác triệt để hơn các lực lượng sản xuất cũ

C'est-à-dire en ouvrant la voie à des crises plus étendues et plus destructrices

Điều đó có nghĩa là, bằng cách mở đường cho các cuộc khủng hoảng rộng lớn hơn và tàn phá hơn

elle surmonte la crise en diminuant les moyens de prévention des crises

Nó vượt qua cuộc khủng hoảng bằng cách giảm bớt các phương tiện nhờ đó các cuộc khủng hoảng được ngăn chặn

Les armes avec lesquelles la bourgeoisie a abattu le féodalisme sont maintenant retournées contre elle-même

Những vũ khí mà giai cấp tư sản đã hạ gục chế độ phong kiến xuống đất giờ đây đã quay lưng lại với chính nó

Mais non seulement la bourgeoisie a-t-elle forgé les armes qui lui apportent la mort

Nhưng giai cấp tư sản không chỉ rèn ra những vũ khí mang lại cái chết cho chính nó

Il a également appelé à l'existence les hommes qui doivent manier ces armes

Nó cũng đã kêu gọi sự tồn tại của những người đàn ông sẽ sử dụng những vũ khí đó

Et ces hommes sont la classe ouvrière moderne ; Ce sont les prolétaires

và những người này là giai cấp công nhân hiện đại; Họ là những người vô sản

À mesure que la bourgeoisie se développe, le prolétariat se développe dans la même proportion

Tỷ lệ khi giai cấp tư sản phát triển, trong cùng một tỷ lệ là giai cấp vô sản phát triển

La classe ouvrière moderne a développé une classe d'ouvriers

Giai cấp công nhân hiện đại đã phát triển một giai cấp lao động

Cette classe d'ouvriers ne vit que tant qu'elle trouve du travail

Tầng lớp lao động này chỉ sống miễn là họ tìm được việc làm

et ils ne trouvent de travail qu'aussi longtemps que leur travail augmente le capital

Và họ chỉ tìm được việc làm miễn là lao động của họ tăng vốn

Ces ouvriers, qui doivent se vendre à la pièce, sont une marchandise

Những người lao động này, những người phải bán cho mình từng mảnh, là một mặt hàng

Ces ouvriers sont comme tous les autres articles de commerce

Những người lao động này giống như mọi mặt hàng thương mại khác

et, par conséquent, ils sont exposés à toutes les vicissitudes de la concurrence

và do đó họ phải đối mặt với tất cả những thăng trầm của
cạnh tranh

Ils doivent faire face à toutes les fluctuations du marché
Họ phải vượt qua mọi biến động của thị trường

**En raison de l'utilisation intensive des machines et de la
division du travail**
Do việc sử dụng rộng rãi máy móc và phân công lao động

Le travail des prolétaires a perdu tout caractère individuel
Công việc của những người vô sản đã mất hết tính cách cá
nhân

**et, par conséquent, le travail des prolétaires a perdu tout
charme pour l'ouvrier**
Và hậu quả là, công việc của những người vô sản đã mất hết
sức quyến rũ đối với người lao động

**Il devient un appendice de la machine, plutôt que l'homme
qu'il était autrefois**
Anh ta trở thành một phần phụ của cỗ máy, chứ không phải là
người đàn ông anh ta từng là

**On n'exige de lui que l'habileté la plus simple, la plus
monotone et la plus facile à acquérir**
Chỉ cần có sở trường đơn giản, đơn điệu và dễ dàng nhất của
anh ta

Par conséquent, le coût de production d'un ouvrier est limité
Do đó, chi phí sản xuất của một công nhân bị hạn chế

**elle se limite presque entièrement aux moyens de
subsistance dont il a besoin pour son entretien**
Nó bị giới hạn gần như hoàn toàn đối với các phương tiện
sinh hoạt mà anh ta yêu cầu để bảo trì

**et elle est limitée aux moyens de subsistance dont il a besoin
pour la propagation de sa race**
và nó bị giới hạn trong các phương tiện sinh hoạt mà anh ta
yêu cầu để truyền bá chủng tộc của mình

**Mais le prix d'une marchandise, et par conséquent aussi du
travail, est égal à son coût de production**
Nhưng giá của một hàng hóa, và do đó cũng là lao động, bằng
với chi phí sản xuất của nó

C'est pourquoi, à mesure que le travail répugnant augmente, le salaire diminue

Do đó, theo tỷ lệ, khi sự ghê tởm của công việc tăng lên, tiền lương giảm

Bien plus, le caractère répugnant de son travail augmente à un rythme encore plus grand

Không, sự ghê tởm trong công việc của anh ta tăng lên với tốc độ thậm chí còn lớn hơn

À mesure que l'utilisation des machines et la division du travail augmentent, le fardeau du labeur augmente également

Khi việc sử dụng máy móc và phân công lao động tăng lên, gánh nặng lao động cũng tăng lên

La charge de travail est augmentée par la prolongation du temps de travail

gánh nặng của công việc vất vả được tăng lên bằng cách kéo dài thời gian làm việc

On attend plus de l'ouvrier dans le même temps qu'auparavant

Người lao động được mong đợi nhiều hơn trong cùng thời gian như trước đây

Et bien sûr, le poids du labeur est augmenté par la vitesse de la machine

Và tất nhiên gánh nặng của công việc vất vả được tăng lên bởi tốc độ của máy móc

L'industrie moderne a transformé le petit atelier du maître patriarcal en la grande usine du capitaliste industriel

Công nghiệp hiện đại đã biến xưởng nhỏ của ông chủ gia trưởng thành nhà máy lớn của nhà tư bản công nghiệp

Des masses d'ouvriers, entassés dans l'usine, s'organisent comme des soldats

Quần chúng lao động, chen chúc vào nhà máy, được tổ chức như những người lính

En tant que simples soldats de l'armée industrielle, ils sont placés sous le commandement d'une hiérarchie parfaite d'officiers et de sergents

Là binh nhì của quân đội công nghiệp, họ được đặt dưới sự chỉ huy của một hệ thống phân cấp hoàn hảo của các sĩ quan và trung sĩ

ils ne sont pas seulement les esclaves de la classe bourgeoise et de l'État

họ không chỉ là nô lệ của giai cấp tư sản và Nhà nước

Mais ils sont aussi asservis quotidiennement et d'heure en heure par la machine

Nhưng họ cũng bị máy móc nô lệ hàng ngày và hàng giờ

ils sont asservis par le surveillant, et surtout par le fabricant bourgeois lui-même

họ bị nô lệ bởi những người nhìn quá mức, và trên hết, bởi chính nhà sản xuất tư sản cá nhân

Plus ce despotisme proclame ouvertement que le gain est sa fin et son but, plus il est mesquin, plus haïssable et plus aigri

Chế độ chuyên chế này càng công khai tuyên bố lợi ích là mục đích và mục đích của nó, thì càng nhỏ mọn, càng thù hận và càng cay đắng

Plus l'industrie moderne se développe, moins les différences entre les sexes sont grandes

Ngành công nghiệp càng phát triển, sự khác biệt giữa hai giới càng ít

Moins le travail manuel exige d'habileté et d'effort de force, plus le travail des hommes est supplanté par celui des femmes

Kỹ năng và nỗ lực sức mạnh được ngụ ý trong lao động chân tay càng ít, thì lao động của nam giới càng bị thay thế bởi lao động của phụ nữ

Les différences d'âge et de sexe n'ont plus de validité sociale distincte pour la classe ouvrière

Sự khác biệt về tuổi tác và giới tính không còn có bất kỳ giá trị xã hội đặc biệt nào đối với tầng lớp lao động

Tous sont des instruments de travail, plus ou moins coûteux à utiliser, selon leur âge et leur sexe

Tất cả đều là công cụ lao động, ít nhiều tốn kém để sử dụng, theo độ tuổi và giới tính của họ

dès que l'ouvrier reçoit son salaire en espèces, il est attaqué par les autres parties de la bourgeoisie

ngay khi người lao động nhận được tiền lương của mình bằng tiền mặt, hơn là anh ta được đặt ra bởi các bộ phận khác của giai cấp tư sản

le propriétaire, le commerçant, le prêteur sur gages, etc

chủ nhà, chủ cửa hàng, người cầm đồ, v.v

Les couches inférieures de la classe moyenne ; les petits commerçants et les commerçants

Các tầng lớp thấp hơn của tầng lớp trung lưu; những người buôn bán nhỏ và chủ cửa hàng

les commerçants retraités en général, et les artisans et les paysans

các thương nhân đã nghỉ hưu nói chung, và các thợ thủ công và nông dân

tout cela s'enfonce peu à peu dans le prolétariat

tất cả những điều này chìm dần vào giai cấp vô sản

en partie parce que leur petit capital ne suffit pas à l'échelle sur laquelle l'industrie moderne est exercée

một phần vì vốn nhỏ bé của họ không đủ cho quy mô mà ngành công nghiệp hiện đại được thực hiện

et parce qu'elle est submergée par la concurrence avec les grands capitalistes

và bởi vì nó bị ngập trong cuộc cạnh tranh với các nhà tư bản lớn

en partie parce que leur savoir-faire spécialisé est rendu sans valeur par les nouvelles méthodes de production

Một phần vì kỹ năng chuyên môn của họ trở nên vô giá trị bởi các phương pháp sản xuất mới

Ainsi le prolétariat se recrute dans toutes les classes de la population

Do đó, giai cấp vô sản được tuyển chọn từ tất cả các tầng lớp dân cư

Le prolétariat passe par différents stades de développement

Giai cấp vô sản trải qua các giai đoạn phát triển khác nhau
Avec sa naissance commence sa lutte contre la bourgeoisie
Với sự ra đời của nó bắt đầu cuộc đấu tranh với giai cấp tư sản
Dans un premier temps, la lutte est menée par des ouvriers individuels
Lúc đầu, cuộc thi được thực hiện bởi từng người lao động
Ensuite, le concours est mené par les ouvriers d'une usine
Sau đó, cuộc thi được thực hiện bởi các công nhân của một nhà máy
Ensuite, la lutte est menée par les agents d'un métier, dans une localité
Sau đó, cuộc thi được thực hiện bởi các hợp tác xã của một ngành nghề, ở một địa phương
et la lutte est alors contre la bourgeoisie individuelle qui les exploite directement
và cuộc thi sau đó chống lại giai cấp tư sản cá nhân trực tiếp bóc lột họ
Ils ne dirigent pas leurs attaques contre les conditions de production de la bourgeoisie
Họ chỉ đạo các cuộc tấn công của họ không chống lại các điều kiện sản xuất của giai cấp tư sản
mais ils dirigent leur attaque contre les instruments de production eux-mêmes
Nhưng họ chỉ đạo cuộc tấn công của họ chống lại chính các công cụ sản xuất
Ils détruisent les marchandises importées qui font concurrence à leur main-d'œuvre
Họ phá hủy các sản phẩm nhập khẩu cạnh tranh với lao động của họ
Ils brisent les machines et mettent le feu aux usines
Họ đập vỡ máy móc thành từng mảnh và họ đốt cháy các nhà máy
ils cherchent à restaurer par la force le statut disparu de l'ouvrier du Moyen Âge
họ tìm cách khôi phục bằng vũ lực tình trạng đã biến mất của người lao động thời Trung cổ

À ce stade, les ouvriers forment encore une masse incohérente dispersée dans tout le pays

Ở giai đoạn này, những người lao động vẫn tạo thành một khối không mạch lạc nằm rải rác trên cả nước

et ils sont brisés par leur concurrence mutuelle

và họ bị phá vỡ bởi sự cạnh tranh lẫn nhau của họ

S'ils s'unissent quelque part pour former des corps plus compacts, ce n'est pas encore la conséquence de leur propre union active

Nếu bất cứ nơi nào họ hợp nhất để tạo thành các cơ quan nhỏ gọn hơn, đây vẫn chưa phải là kết quả của sự kết hợp tích cực của chính họ

mais c'est une conséquence de l'union de la bourgeoisie, d'atteindre ses propres fins politiques

nhưng đó là hậu quả của sự liên minh của giai cấp tư sản, để đạt được mục đích chính trị của riêng mình

la bourgeoisie est obligée de mettre en mouvement tout le prolétariat

giai cấp tư sản buộc phải vận động toàn bộ giai cấp vô sản

et d'ailleurs, pour un temps, la bourgeoisie est capable de le faire

và hơn nữa, trong một thời gian, giai cấp tư sản có thể làm như vậy

À ce stade, les prolétaires ne combattent donc pas leurs ennemis

Do đó, ở giai đoạn này, những người vô sản không chiến đấu với kẻ thù của họ

mais au lieu de cela, ils combattent les ennemis de leurs ennemis

Nhưng thay vào đó, họ đang chiến đấu với kẻ thù của kẻ thù của họ

La lutte contre les vestiges de la monarchie absolue et les propriétaires terriens

Cuộc chiến tàn dư của chế độ quân chủ tuyệt đối và địa chủ;

ils combattent la bourgeoisie non industrielle ; la petite bourgeoisie

họ chống lại giai cấp tư sản phi công nghiệp; giai cấp tư sản nhỏ

Ainsi tout le mouvement historique est concentré entre les mains de la bourgeoisie

Do đó, toàn bộ phong trào lịch sử tập trung trong tay giai cấp tư sản

chaque victoire ainsi obtenue est une victoire pour la bourgeoisie

mỗi thắng lợi có được là một chiến thắng cho giai cấp tư sản

Mais avec le développement de l'industrie, le prolétariat ne se contente pas d'augmenter en nombre

Nhưng với sự phát triển của công nghiệp, giai cấp vô sản không chỉ tăng về số lượng

le prolétariat se concentre en masses plus grandes et sa force s'accroît

giai cấp vô sản trở nên tập trung trong quần chúng lớn hơn và sức mạnh của nó tăng lên

et le prolétariat ressent de plus en plus cette force

và giai cấp vô sản ngày càng cảm thấy sức mạnh đó

Les divers intérêts et conditions de vie dans les rangs du prolétariat sont de plus en plus égalisés

Những lợi ích và điều kiện sống khác nhau trong hàng ngũ của giai cấp vô sản ngày càng bình đẳng hơn

elles deviennent plus proportionnelles à mesure que les machines effacent toutes les distinctions de travail

Chúng trở nên cân đối hơn khi máy móc xóa bỏ mọi sự phân biệt lao động

et les machines réduisent presque partout les salaires au même bas niveau

Và máy móc gần như ở khắp mọi nơi đều giảm lương xuống mức thấp như nhau

La concurrence croissante entre la bourgeoisie et les crises commerciales qui en résultent rendent les salaires des ouvriers de plus en plus fluctuants

Sự cạnh tranh ngày càng tăng giữa giai cấp tư sản, và kết quả là các cuộc khủng hoảng thương mại, làm cho tiền lương của công nhân ngày càng biến động

L'amélioration incessante des machines, qui se développe de plus en plus rapidement, rend leurs moyens d'existence de plus en plus précaires

Sự cải tiến không ngừng của máy móc, ngày càng phát triển nhanh chóng, khiến sinh kế của họ ngày càng bấp bênh

les collisions entre les ouvriers individuels et la bourgeoisie individuelle prennent de plus en plus le caractère de collisions entre deux classes

sự va chạm giữa cá nhân công nhân và cá nhân giai cấp tư sản ngày càng có tính chất va chạm giữa hai giai cấp

Là-dessus, les ouvriers commencent à former des associations (syndicats) contre la bourgeoisie

Sau đó, công nhân bắt đầu hình thành các tổ hợp (Công đoàn) chống lại giai cấp tư sản

Ils s'associent pour maintenir le taux des salaires

Họ câu lạc bộ với nhau để theo kịp tỷ lệ tiền lương

Ils fondèrent des associations permanentes afin de pourvoir à l'avance à ces révoltes occasionnelles

Họ tìm thấy các hiệp hội thường trực để cung cấp trước cho những cuộc nổi dậy không thường xuyên này

Ici et là, la lutte éclate en émeutes

Ở đây và ở đó, cuộc thi nổ ra thành bạo loạn

De temps en temps, les ouvriers sont victorieux, mais seulement pour un temps

Bây giờ và sau đó các công nhân chiến thắng, nhưng chỉ trong một thời gian

Le vrai fruit de leurs luttes n'est pas dans le résultat immédiat, mais dans l'union toujours plus grande des travailleurs

Thành quả thực sự của các trận chiến của họ không nằm ở kết quả trước mắt, mà nằm ở công đoàn ngày càng mở rộng của công nhân

Cette union est favorisée par les moyens de communication améliorés créés par l'industrie moderne

Liên minh này được giúp đỡ bởi các phương tiện truyền thông được cải thiện được tạo ra bởi ngành công nghiệp hiện đại

La communication moderne met en contact les travailleurs de différentes localités les uns avec les autres

Truyền thông hiện đại đặt công nhân của các địa phương khác nhau tiếp xúc với nhau

C'était précisément ce contact qui était nécessaire pour centraliser les nombreuses luttes locales en une lutte nationale entre les classes

Chính sự tiếp xúc này là cần thiết để tập trung vô số cuộc đấu tranh địa phương thành một cuộc đấu tranh dân tộc giữa các giai cấp

Toutes ces luttes sont du même caractère, et toute lutte de classe est une lutte politique

Tất cả những cuộc đấu tranh này đều có cùng một đặc điểm, và mọi cuộc đấu tranh giai cấp đều là một cuộc đấu tranh chính trị

les bourgeois du moyen âge, avec leurs misérables routes, mettaient des siècles à former leurs syndicats

những người chăn nuôi thời Trung cổ, với những con đường cao tốc khốn khổ của họ, đòi hỏi nhiều thế kỷ để thành lập công đoàn của họ

Les prolétaires modernes, grâce aux chemins de fer, réalisent leurs syndicats en quelques années

Những người vô sản hiện đại, nhờ đường sắt, đạt được công đoàn của họ trong vòng một vài năm

Cette organisation des prolétaires en classe les a donc formés en parti politique

Tổ chức này của những người vô sản thành một giai cấp do đó hình thành họ thành một đảng chính trị

La classe politique est continuellement bouleversée par la concurrence entre les travailleurs eux-mêmes

Tầng lớp chính trị liên tục bị đảo lộn một lần nữa bởi sự cạnh tranh giữa chính công nhân

Mais la classe politique continue de se soulever, plus forte, plus ferme, plus puissante

Nhưng giai cấp chính trị tiếp tục trỗi dậy một lần nữa, mạnh mẽ hơn, vững chắc hơn, mạnh mẽ hơn

Elle oblige la législation à reconnaître les intérêts particuliers des travailleurs

Nó buộc phải công nhận lập pháp về lợi ích cụ thể của người lao động

il le fait en profitant des divisions au sein de la bourgeoisie elle-même

nó làm điều này bằng cách lợi dụng sự chia rẽ giữa chính giai cấp tư sản

C'est ainsi qu'en Angleterre fut promulguée la loi sur les dix heures

Do đó, dự luật mười giờ ở Anh đã được đưa vào luật

à bien des égards, les collisions entre les classes de l'ancienne société sont en outre le cours du développement du prolétariat

theo nhiều cách, sự va chạm giữa các giai cấp của xã hội cũ hơn nữa là quá trình phát triển của giai cấp vô sản

La bourgeoisie se trouve engagée dans une bataille de tous les instants

Giai cấp tư sản thấy mình tham gia vào một trận chiến liên tục

Dans un premier temps, il se trouvera impliqué dans une bataille constante avec l'aristocratie

Lúc đầu, nó sẽ thấy mình tham gia vào một trận chiến liên tục với tầng lớp quý tộc

plus tard, elle se trouvera engagée dans une lutte constante avec ces parties de la bourgeoisie elle-même

sau này nó sẽ thấy mình tham gia vào một trận chiến liên tục với những phần đó của chính giai cấp tư sản

et leurs intérêts seront devenus antagonistes au progrès de l'industrie

và lợi ích của họ sẽ trở nên đối nghịch với sự tiến bộ của ngành công nghiệp

à tout moment, leurs intérêts seront devenus antagonistes avec la bourgeoisie des pays étrangers

lúc nào cũng vậy, lợi ích của họ sẽ trở nên đối nghịch với giai cấp tư sản nước ngoài

Dans toutes ces batailles, elle se voit obligée de faire appel au prolétariat et lui demande son aide

Trong tất cả những trận chiến này, nó thấy mình buộc phải kêu gọi giai cấp vô sản, và yêu cầu sự giúp đỡ của nó

Et ainsi, il se sentira obligé de l'entraîner dans l'arène politique

Và do đó, nó sẽ cảm thấy bắt buộc phải kéo nó vào vũ đài chính trị

C'est pourquoi la bourgeoisie elle-même fournit au prolétariat ses propres instruments d'éducation politique et générale

Do đó, chính giai cấp tư sản cung cấp cho giai cấp vô sản những công cụ giáo dục chính trị và phổ thông của riêng mình

c'est-à-dire qu'il fournit au prolétariat des armes pour combattre la bourgeoisie

nói cách khác, nó cung cấp cho giai cấp vô sản vũ khí để chống lại giai cấp tư sản

De plus, comme nous l'avons déjà vu, des sections entières des classes dominantes sont précipitées dans le prolétariat

Hơn nữa, như chúng ta đã thấy, toàn bộ các bộ phận của giai cấp thống trị bị kết tủa vào giai cấp vô sản

le progrès de l'industrie les aspire dans le prolétariat

sự tiến bộ của công nghiệp hút họ vào giai cấp vô sản

ou, du moins, ils sont menacés dans leurs conditions d'existence

Hoặc, ít nhất, họ bị đe dọa trong điều kiện tồn tại của họ

Ceux-ci fournissent également au prolétariat de nouveaux éléments d'illumination et de progrès

Những điều này cũng cung cấp cho giai cấp vô sản những yếu tố mới mẻ của sự giác ngộ và tiến bộ

Enfin, à l'approche de l'heure décisive de la lutte des classes

Cuối cùng, trong những lúc cuộc đấu tranh giai cấp gần đến
giờ quyết định

**le processus de dissolution en cours au sein de la classe
dirigeante**

Quá trình giải thể đang diễn ra trong giai cấp thống trị

**En fait, la dissolution en cours au sein de la classe dirigeante
se fera sentir dans toute la société**

Trên thực tế, sự tan rã đang diễn ra trong giai cấp thống trị sẽ
được cảm nhận trong toàn bộ phạm vi xã hội

**Il prendra un caractère si violent et si flagrant qu'une petite
partie de la classe dirigeante se laissera aller à la dérive**

Nó sẽ mang một tính cách bạo lực, rõ ràng đến nỗi một bộ
phận nhỏ của giai cấp thống trị tự cắt đứt

et que la classe dirigeante rejoindra la classe révolutionnaire

và giai cấp thống trị đó sẽ gia nhập giai cấp cách mạng

**La classe révolutionnaire étant la classe qui tient l'avenir
entre ses mains**

giai cấp cách mạng là giai cấp nắm giữ tương lai trong tay

**Comme à une époque antérieure, une partie de la noblesse
passa dans la bourgeoisie**

Cũng giống như thời kỳ trước, một bộ phận quý tộc đã
chuyển sang giai cấp tư sản

**de la même manière qu'une partie de la bourgeoisie passera
au prolétariat**

giống như cách một bộ phận của giai cấp tư sản sẽ chuyển
sang giai cấp vô sản

**en particulier, une partie de la bourgeoisie passera à une
partie des idéologues de la bourgeoisie**

đặc biệt, một bộ phận giai cấp tư sản sẽ chuyển sang một bộ
phận các nhà tư tưởng tư sản

**Des idéologues bourgeois qui se sont élevés au niveau de la
compréhension théorique du mouvement historique dans
son ensemble**

Các nhà tư tưởng tư sản đã tự nâng mình lên mức độ hiểu biết
về mặt lý thuyết toàn bộ phong trào lịch sử

De toutes les classes qui se trouvent aujourd'hui en face de la bourgeoisie, seule le prolétariat est une classe vraiment révolutionnaire

Trong tất cả các giai cấp đứng đối mặt với giai cấp tư sản ngày nay, chỉ có giai cấp vô sản mới là giai cấp cách mạng thực sự

Les autres classes se dégradent et finissent par disparaître devant l'industrie moderne

Các giai cấp khác phân rã và cuối cùng biến mất khi đối mặt với Công nghiệp hiện đại

le prolétariat est son produit spécial et essentiel

giai cấp vô sản là sản phẩm đặc biệt và thiết yếu của nó

La petite bourgeoisie, le petit industriel, le commerçant, l'artisan, le paysan

Tầng lớp trung lưu thấp hơn, nhà sản xuất nhỏ, chủ cửa hàng, nghệ nhân, nông dân

toutes ces luttes contre la bourgeoisie

tất cả những cuộc chiến chống lại giai cấp tư sản

Ils se battent en tant que fractions de la classe moyenne pour se sauver de l'extinction

Họ chiến đấu như những phần nhỏ của tầng lớp trung lưu để tự cứu mình khỏi sự tuyệt chủng

Ils ne sont donc pas révolutionnaires, mais conservateurs

Do đó, họ không phải là nhà cách mạng, mà là bảo thủ

Bien plus, ils sont réactionnaires, car ils essaient de faire reculer la roue de l'histoire

Hơn nữa, họ là những kẻ phản động, vì họ cố gắng quay ngược bánh xe lịch sử

Si par hasard ils sont révolutionnaires, ils ne le sont qu'en vue de leur transfert imminent dans le prolétariat

Nếu tình cờ họ là nhà cách mạng, họ chỉ vì vậy khi họ sắp chuyển sang giai cấp vô sản

Ils défendent ainsi non pas leurs intérêts présents, mais leurs intérêts futurs

Do đó, họ không bảo vệ hiện tại của họ, mà là lợi ích tương lai của họ

ils désertent leur propre point de vue pour se placer à celui du prolétariat

họ từ bỏ quan điểm riêng của mình để đặt mình vào quan điểm của giai cấp vô sản

La « classe dangereuse », la racaille sociale, cette masse en décomposition passive rejetée par les couches les plus basses de la vieille société

"Giai cấp nguy hiểm", cặn bã xã hội, khối lượng thối rữa thụ động bị vứt bỏ bởi các tầng lớp thấp nhất của xã hội cũ

Ils peuvent, ici et là, être entraînés dans le mouvement par une révolution prolétarienne

Họ có thể, ở đây và ở đó, bị cuốn vào phong trào bởi một cuộc cách mạng vô sản

Ses conditions de vie, cependant, le préparent beaucoup plus au rôle d'instrument soudoyé de l'intrigue réactionnaire

Tuy nhiên, điều kiện sống của nó chuẩn bị cho nó nhiều hơn cho một phần của một công cụ mua chuộc của âm mưu phản động

Dans les conditions du prolétariat, ceux de l'ancienne société dans son ensemble sont déjà virtuellement submergés

Trong điều kiện của giai cấp vô sản, những người của xã hội cũ nói chung đã hầu như bị ngập lụt

Le prolétaire est sans propriété

Vô sản không có tài sản

ses rapports avec sa femme et ses enfants n'ont plus rien de commun avec les relations familiales de la bourgeoisie

mối quan hệ của ông với vợ con không còn điểm chung với quan hệ gia đình của giai cấp tư sản

le travail industriel moderne, la sujétion moderne au capital, la même en Angleterre qu'en France, en Amérique comme en Allemagne

lao động công nghiệp hiện đại, sự lệ thuộc hiện đại vào tư bản, giống nhau ở Anh như ở Pháp, ở Mỹ cũng như ở Đức

Sa condition dans la société l'a dépouillé de toute trace de caractère national

Tình trạng của anh ta trong xã hội đã tước đi mọi dấu vết của nhân cách dân tộc

La loi, la morale, la religion, sont pour lui autant de préjugés bourgeois

Luật pháp, đạo đức, tôn giáo, đối với anh ta rất nhiều định kiến tư sản

et derrière ces préjugés se cachent en embuscade autant d'intérêts bourgeois

và đằng sau những định kiến này ẩn nấp trong mai phục cũng như nhiều lợi ích tư sản

Toutes les classes précédentes, qui ont pris le dessus, ont cherché à fortifier leur statut déjà acquis

Tất cả các tầng lớp trước đó chiếm thế thượng phong, đều tìm cách củng cố vị thế đã có được của họ

Ils l'ont fait en soumettant la société dans son ensemble à leurs conditions d'appropriation

Họ đã làm điều này bằng cách đặt xã hội nói chung vào các điều kiện chiếm đoạt của họ

Les prolétaires ne peuvent pas devenir maîtres des forces productives de la société

Những người vô sản không thể làm chủ lực lượng sản xuất của xã hội

elle ne peut le faire qu'en abolissant son propre mode d'appropriation antérieur

Nó chỉ có thể làm điều này bằng cách bãi bỏ phương thức chiếm đoạt trước đây của chính họ

et par là même elle abolit tout autre mode d'appropriation antérieur

và do đó nó cũng bãi bỏ mọi phương thức chiếm đoạt khác trước đây

Ils n'ont rien à eux pour s'assurer et se fortifier

Họ không có gì của riêng họ để bảo đảm và củng cố

Leur mission est de détruire toutes les sûretés antérieures et les assurances de biens individuels

Nhiệm vụ của họ là phá hủy tất cả các chứng khoán trước đây và bảo hiểm tài sản cá nhân

Tous les mouvements historiques antérieurs étaient des mouvements de minorités

Tất cả các phong trào lịch sử trước đây là phong trào của các dân tộc thiểu số

ou bien il s'agissait de mouvements dans l'intérêt des minorités

hoặc chúng là những phong trào vì lợi ích của các nhóm thiểu số

Le mouvement prolétarien est le mouvement conscient et indépendant de l'immense majorité

Phong trào vô sản là phong trào tự giác, độc lập của đại đa số

Et c'est un mouvement dans l'intérêt de l'immense majorité

và đó là một phong trào vì lợi ích của đại đa số

Le prolétariat, couche la plus basse de notre société actuelle

Giai cấp vô sản, tầng lớp thấp nhất của xã hội chúng ta hiện nay

elle ne peut ni s'agiter ni s'élever sans que toutes les couches supérieures de la société officielle ne soient soulevées en l'air

Nó không thể khuấy động hoặc tự nâng mình lên mà không có toàn bộ tầng lớp giám đốc đương nhiệm của xã hội chính thức được tung lên không trung

Loin d'être dans le fond, mais dans la forme, la lutte du prolétariat contre la bourgeoisie est d'abord une lutte nationale

Mặc dù không phải về bản chất, nhưng về hình thức, cuộc đấu tranh của giai cấp vô sản với giai cấp tư sản trước hết là cuộc đấu tranh dân tộc

Le prolétariat de chaque pays doit, bien entendu, régler d'abord ses affaires avec sa propre bourgeoisie

Giai cấp vô sản của mỗi nước, tất nhiên, trước hết phải giải quyết vấn đề với giai cấp tư sản của chính mình

En décrivant les phases les plus générales du développement du prolétariat, nous avons retracé la guerre civile plus ou moins voilée

Khi mô tả các giai đoạn chung nhất của sự phát triển của giai cấp vô sản, chúng tôi đã truy tìm cuộc nội chiến ít nhiều được che đậy

Ce civil fait rage au sein de la société existante

Dân sự này đang hoành hành trong xã hội hiện tại

Elle fera rage jusqu'au point où cette guerre éclatera en révolution ouverte

Nó sẽ hoành hành đến mức chiến tranh nổ ra thành cuộc cách mạng mở

et alors le renversement violent de la bourgeoisie jette les bases de l'emprise du prolétariat

và sau đó là sự lật đổ bạo lực của giai cấp tư sản đặt nền tảng cho sự thống trị của giai cấp vô sản

Jusqu'à présent, toute forme de société a été fondée, comme nous l'avons déjà vu, sur l'antagonisme des classes oppressives et opprimées

Cho đến nay, mọi hình thức xã hội đều dựa trên, như chúng ta đã thấy, dựa trên sự đối kháng của các giai cấp áp bức và áp bức

Mais pour opprimer une classe, il faut lui assurer certaines conditions

Nhưng để áp bức một giai cấp, một số điều kiện nhất định phải được đảm bảo cho nó

La classe doit être maintenue dans des conditions dans lesquelles elle peut, au moins, continuer son existence servile

Giai cấp phải được giữ trong những điều kiện mà ít nhất nó có thể tiếp tục sự tồn tại nô lệ của nó

Le serf, à l'époque du servage, s'élevait lui-même au rang d'adhérent à la commune

Nông nô, trong thời kỳ nông nô, đã tự nâng mình lên thành viên trong xã

de même que la petite bourgeoisie, sous le joug de l'absolutisme féodal, a réussi à se développer en bourgeoisie

giống như giai cấp tiểu tư sản, dưới ách thống trị của chế độ chuyên chế phong kiến, đã tìm cách phát triển thành giai cấp tư sản

L'ouvrier moderne, au contraire, au lieu de s'élever avec les progrès de l'industrie, s'enfonce de plus en plus profondément

Ngược lại, người lao động hiện đại, thay vì vươn lên cùng với sự tiến bộ của công nghiệp, lại ngày càng lún sâu hơn

il s'enfonce au-dessous des conditions d'existence de sa propre classe

Anh ta chìm xuống dưới các điều kiện tồn tại của giai cấp của chính mình

Il devient pauvre, et le paupérisme se développe plus rapidement que la population et la richesse

Anh ta trở thành một người nghèo khổ, và chủ nghĩa nghèo đói phát triển nhanh hơn dân số và sự giàu có

Et c'est là qu'il devient évident que la bourgeoisie n'est plus apte à être la classe dominante dans la société

Và ở đây, rõ ràng là giai cấp tư sản không còn phù hợp để trở thành giai cấp thống trị trong xã hội

et elle n'est pas digne d'imposer ses conditions d'existence à la société comme une loi prépondérante

Và thật không thích hợp để áp đặt các điều kiện tồn tại của nó lên xã hội như một quy luật quan trọng hơn

Il est inapte à gouverner parce qu'il est incompétent pour assurer une existence à son esclave dans son esclavage

Nó không thích hợp để cai trị bởi vì nó không đủ năng lực để đảm bảo sự tồn tại cho nô lệ của nó trong chế độ nô lệ của mình

parce qu'il ne peut s'empêcher de le laisser sombrer dans un tel état, qu'il doit le nourrir, au lieu d'être nourri par lui

Bởi vì nó không thể không để anh ta chìm vào trạng thái như vậy, rằng nó phải nuôi anh ta, thay vì được anh ta cho ăn

La société ne peut plus vivre sous cette bourgeoisie

Xã hội không còn có thể sống dưới giai cấp tư sản này

En d'autres termes, son existence n'est plus compatible avec la société

Nói cách khác, sự tồn tại của nó không còn tương thích với xã hội

La condition essentielle de l'existence et de l'influence de la classe bourgeoise est la formation et l'accroissement du capital

Điều kiện thiết yếu cho sự tồn tại, và cho sự thống trị của giai cấp tư sản, là sự hình thành và tăng cường tư bản

La condition du capital, c'est le salariat-travail

Điều kiện để có vốn là tiền lương-lao động

Le travail salarié repose exclusivement sur la concurrence entre les travailleurs

Tiền lương-lao động hoàn toàn dựa trên sự cạnh tranh giữa những người lao động

Le progrès de l'industrie, dont le promoteur involontaire est la bourgeoisie, remplace l'isolement des ouvriers

Sự tiến bộ của công nghiệp, mà người thúc đẩy không tự nguyện là giai cấp tư sản, thay thế sự cô lập của người lao động

en raison de la concurrence, en raison de leur combinaison révolutionnaire, en raison de l'association

do cạnh tranh, do sự kết hợp cách mạng của họ, do liên kết

Le développement de l'industrie moderne lui coupe sous les pieds les fondements mêmes sur lesquels la bourgeoisie produit et s'approprie les produits

Sự phát triển của Công nghiệp hiện đại cắt từ dưới chân nó chính nền tảng mà giai cấp tư sản sản xuất và chiếm đoạt sản phẩm

Ce que la bourgeoisie produit avant tout, ce sont ses propres fossoyeurs

Những gì giai cấp tư sản sản xuất, trên hết, là những người đào mộ của chính nó

La chute de la bourgeoisie et la victoire du prolétariat sont également inévitables

Sự sụp đổ của giai cấp tư sản và thắng lợi của giai cấp vô sản là không thể tránh khỏi

Prolétaires et communistes
Vô sản và Cộng sản

Quel est le rapport des communistes vis-à-vis de l'ensemble des prolétaires ?
Những người cộng sản có quan hệ gì với toàn thể những người vô sản?
Les communistes ne forment pas un parti séparé opposé aux autres partis de la classe ouvrière
Những người cộng sản không thành lập một đảng riêng biệt đối lập với các đảng của giai cấp công nhân khác
Ils n'ont pas d'intérêts séparés de ceux du prolétariat dans son ensemble
Họ không có lợi ích riêng biệt và tách biệt với lợi ích của giai cấp vô sản nói chung
Ils n'établissent pas de principes sectaires qui leur soient propres pour façonner et modeler le mouvement prolétarien
Họ không thiết lập bất kỳ nguyên tắc bè phái nào của riêng họ, qua đó định hình và uốn nắn phong trào vô sản
Les communistes ne se distinguent des autres partis ouvriers que par deux choses
Những người cộng sản được phân biệt với các đảng khác của giai cấp công nhân chỉ bởi hai điều;
Premièrement, ils signalent et mettent en avant les intérêts communs de l'ensemble du prolétariat, indépendamment de toute nationalité
Thứ nhất, họ chỉ ra và đưa ra mặt trận lợi ích chung của toàn bộ giai cấp vô sản, độc lập với mọi dân tộc
C'est ce qu'ils font dans les luttes nationales des prolétaires des différents pays
Điều này họ làm trong các cuộc đấu tranh dân tộc của những người vô sản ở các quốc gia khác nhau

Deuxièmement, ils représentent toujours et partout les intérêts du mouvement dans son ensemble

Thứ hai, họ luôn luôn và ở khắp mọi nơi đại diện cho lợi ích của toàn bộ phong trào

c'est ce qu'ils font dans les différents stades de développement par lesquels doit passer la lutte de la classe ouvrière contre la bourgeoisie

điều này họ làm trong các giai đoạn phát triển khác nhau, mà cuộc đấu tranh của giai cấp công nhân chống lại giai cấp tư sản phải trải qua

Les communistes sont donc, d'une part, pratiquement, la section la plus avancée et la plus résolue des partis ouvriers de tous les pays

Do đó, trên thực tế, những người cộng sản là bộ phận tiên tiến và kiên quyết nhất trong các đảng của giai cấp công nhân của mọi quốc gia

Ils sont cette section de la classe ouvrière qui pousse en avant toutes les autres

Họ là bộ phận của giai cấp công nhân thúc đẩy tất cả những người khác tiến lên

Théoriquement, ils ont aussi l'avantage de bien comprendre la ligne de marche

Về mặt lý thuyết, họ cũng có lợi thế là hiểu rõ dòng March

C'est ce qu'ils comprennent mieux par rapport à la grande masse du prolétariat

Điều này họ hiểu rõ hơn so với đại đa số của giai cấp vô sản

Ils comprennent les conditions et les résultats généraux ultimes du mouvement prolétarien

Họ hiểu các điều kiện, và kết quả chung cuối cùng của phong trào vô sản

Le but immédiat du Parti communiste est le même que celui de tous les autres partis prolétariens

Mục tiêu trước mắt của Cộng sản cũng giống như tất cả các đảng vô sản khác

Leur but est la formation du prolétariat en classe

Mục đích của họ là hình thành giai cấp vô sản thành một giai cấp

ils visent à renverser la suprématie de la bourgeoisie

họ nhằm lật đổ quyền lực tối cao của giai cấp tư sản

la conquête du pouvoir politique par le prolétariat

nỗ lực chinh phục quyền lực chính trị của giai cấp vô sản

Les conclusions théoriques des communistes ne sont nullement basées sur des idées ou des principes de réformateurs

Các kết luận lý thuyết của những người cộng sản hoàn toàn không dựa trên ý tưởng hay nguyên tắc của các nhà cải cách

ce ne sont pas des prétendus réformateurs universels qui ont inventé ou découvert les conclusions théoriques des communistes

đó không phải là những nhà cải cách phổ quát đã phát minh ra hoặc khám phá ra những kết luận lý thuyết của những người Cộng sản

Ils ne font qu'exprimer, en termes généraux, des rapports réels qui naissent d'une lutte de classe existante

Nói chung, chúng chỉ đơn thuần thể hiện các mối quan hệ thực tế nảy sinh từ một cuộc đấu tranh giai cấp hiện có

Et ils décrivent le mouvement historique qui se déroule sous nos yeux et qui a créé cette lutte des classes

Và họ mô tả phong trào lịch sử đang diễn ra dưới con mắt của chúng ta đã tạo ra cuộc đấu tranh giai cấp này

L'abolition des rapports de propriété existants n'est pas du tout un trait distinctif du communisme

Việc bãi bỏ các quan hệ sở hữu hiện có hoàn toàn không phải là một đặc điểm riêng biệt của chủ nghĩa cộng sản

Dans le passé, toutes les relations de propriété ont été continuellement sujettes à des changements historiques

Tất cả các quan hệ tài sản trong quá khứ đã liên tục chịu sự thay đổi lịch sử

et ces changements ont été consécutifs au changement des conditions historiques

Và những thay đổi này là kết quả của sự thay đổi trong điều kiện lịch sử

La Révolution française, par exemple, a aboli la propriété féodale au profit de la propriété bourgeoise

Cách mạng Pháp, ví dụ, bãi bỏ tài sản phong kiến để ủng hộ tài sản tư sản

Le trait distinctif du communisme n'est pas l'abolition de la propriété, en général

Đặc điểm nổi bật của chủ nghĩa cộng sản không phải là bãi bỏ tài sản, nói chung

mais le trait distinctif du communisme, c'est l'abolition de la propriété bourgeoise

nhưng đặc điểm nổi bật của chủ nghĩa cộng sản là xóa bỏ tài sản tư sản

Mais la propriété privée de la bourgeoisie moderne est l'expression ultime et la plus complète du système de production et d'appropriation des produits

Nhưng sở hữu tư nhân tư sản hiện đại là biểu hiện cuối cùng và đầy đủ nhất của hệ thống sản xuất và chiếm đoạt sản phẩm

C'est l'état final d'un système basé sur les antagonismes de classe, où l'antagonisme de classe est l'exploitation du plus grand nombre par quelques-uns

Đó là trạng thái cuối cùng của một hệ thống dựa trên sự đối kháng giai cấp, trong đó sự đối kháng giai cấp là sự bóc lột của nhiều người bởi một số ít

En ce sens, la théorie des communistes peut se résumer en une seule phrase ; l'abolition de la propriété privée

Theo nghĩa này, lý thuyết về những người cộng sản có thể được tóm tắt trong một câu duy nhất; Xóa bỏ sở hữu tư nhân

On nous a reproché, à nous communistes, de vouloir abolir le droit d'acquérir personnellement des biens

Những người cộng sản chúng tôi đã bị khiển trách với mong muốn bãi bỏ quyền sở hữu tài sản cá nhân

On prétend que cette propriété est le fruit du travail de l'homme

Người ta cho rằng tài sản này là thành quả lao động của chính
một người đàn ông

**et cette propriété est censée être le fondement de toute
liberté, de toute activité et de toute indépendance
individuelles.**

Và tài sản này được cho là nền tảng của tất cả các quyền tự do,
hoạt động và độc lập cá nhân.

« Propriété durement gagnée, auto-acquise, auto-gagnée ! »

"Khó thắng, tự mua, tự kiếm tài sản!"

**Voulez-vous dire la propriété du petit artisan et du petit
paysan ?**

Ý bạn là tài sản của nghệ nhân nhỏ và của người nông dân
nhỏ?

**Voulez-vous parler d'une forme de propriété qui a précédé
la forme bourgeoise ?**

Ý bạn là một hình thức sở hữu đi trước hình thức tư sản?

**Il n'est pas nécessaire de l'abolir, le développement de
l'industrie l'a déjà détruit dans une large mesure**

Không cần phải bãi bỏ điều đó, sự phát triển của công nghiệp
đã phá hủy nó ở một mức độ lớn

**et le développement de l'industrie continue de la détruire
chaque jour**

Và sự phát triển của ngành công nghiệp vẫn đang phá hủy nó
hàng ngày

**Ou voulez-vous parler de la propriété privée de la
bourgeoisie moderne ?**

Hay ý bạn là tài sản tư nhân tư sản hiện đại?

Mais le travail salarié crée-t-il une propriété pour l'ouvrier ?

Nhưng lao động làm công ăn lương có tạo ra tài sản nào cho
người lao động không?

**Non, le travail salarié ne crée pas une parcelle de ce genre de
propriété !**

Không, lao động tiền lương không tạo ra một chút tài sản này!

**Ce que le travail salarié crée, c'est du capital ; ce genre de
propriété qui exploite le travail salarié**

những gì lao động làm công ăn lương tạo ra là vốn; loại tài sản
bóc lột lao động tiền lương đó

**Le capital ne peut s'accroître qu'à la condition d'engendrer
une nouvelle offre de travail salarié pour une nouvelle
exploitation**

Tư bản không thể tăng trừ khi có điều kiện tạo ra một nguồn
cung lao động tiền lương mới để khai thác mới

**La propriété, dans sa forme actuelle, est fondée sur
l'antagonisme du capital et du salariat**

Tài sản, trong hình thức hiện tại của nó, dựa trên sự đối kháng
của tư bản và tiền lương-lao động

Examinons les deux côtés de cet antagonisme

Chúng ta hãy xem xét cả hai mặt của sự đối kháng này

**Être capitaliste, ce n'est pas seulement avoir un statut
purement personnel**

Trở thành một nhà tư bản không chỉ là có một địa vị cá nhân
thuần túy

**Au contraire, être capitaliste, c'est aussi avoir un statut social
dans la production**

Thay vào đó, trở thành một nhà tư bản cũng là phải có địa vị
xã hội trong sản xuất

**parce que le capital est un produit collectif ; Ce n'est que par
l'action unie de nombreux membres qu'elle peut être mise
en branle**

vì vốn là sản phẩm tập thể; Chỉ bằng hành động thống nhất
của nhiều thành viên, nó mới có thể được khởi động

**Mais cette action unie n'est qu'un dernier recours, et
nécessite en fait tous les membres de la société**

Nhưng hành động thống nhất này là phương sách cuối cùng,
và thực sự đòi hỏi tất cả các thành viên trong xã hội

**Le capital est converti en propriété de tous les membres de la
société**

Vốn được chuyển đổi thành tài sản của tất cả các thành viên
trong xã hội

**mais le Capital n'est donc pas une puissance personnelle ;
c'est un pouvoir social**

nhưng Tư bản, do đó, không phải là một quyền lực cá nhân; Đó là một sức mạnh xã hội

Ainsi, lorsque le capital est converti en propriété sociale, la propriété personnelle n'est pas pour autant transformée en propriété sociale

Vì vậy, khi tư bản được chuyển đổi thành tài sản xã hội, tài sản cá nhân không được chuyển thành tài sản xã hội

Ce n'est que le caractère social de la propriété qui est modifié et qui perd son caractère de classe

Nó chỉ là đặc tính xã hội của tài sản bị thay đổi, và mất đi tính chất giai cấp của nó

Regardons maintenant le travail salarié

Bây giờ chúng ta hãy nhìn vào tiền lương-lao động

Le prix moyen du salariat est le salaire minimum, c'est-à-dire le quantum des moyens de subsistance

Giá trung bình của tiền lương-lao động là mức lương tối thiểu, tức là lượng tử của các phương tiện sinh hoạt

Ce salaire est absolument nécessaire dans la simple existence d'un ouvrier

Mức lương này là hoàn toàn cần thiết trong sự tồn tại trần trụi của một người lao động

Ce que le salarié s'approprie par son travail ne suffit donc qu'à prolonger et à reproduire une existence nue

Do đó, những gì người lao động làm công ăn lương chiếm đoạt bằng lao động của mình, chỉ đủ để kéo dài và tái tạo một sự tồn tại trần trụi

Nous n'avons nullement l'intention d'abolir cette appropriation personnelle des produits du travail

Chúng tôi không có ý định xóa bỏ sự chiếm đoạt cá nhân này đối với các sản phẩm lao động

une appropriation qui est faite pour le maintien et la reproduction de la vie humaine

một sự chiếm đoạt được thực hiện để duy trì và sinh sản sự sống của con người

Une telle appropriation personnelle des produits du travail ne laisse pas de surplus pour commander le travail d'autrui

Việc chiếm đoạt cá nhân các sản phẩm lao động như vậy
không để lại thặng dư để chỉ huy lao động của người khác
**Tout ce que nous voulons supprimer, c'est le caractère
misérable de cette appropriation**
Tất cả những gì chúng ta muốn loại bỏ, là tính chất khốn khổ
của sự chiếm đoạt này
**l'appropriation dont vit l'ouvrier dans le seul but
d'augmenter son capital**
sự chiếm đoạt mà theo đó người lao động sống chỉ để tăng
vốn
**Il n'est autorisé à vivre que dans la mesure où l'intérêt de la
classe dominante l'exige**
Anh ta chỉ được phép sống trong chừng mực lợi ích của giai
cấp thống trị đòi hỏi
**Dans la société bourgeoise, le travail vivant n'est qu'un
moyen d'augmenter le travail accumulé**
Trong xã hội tư sản, lao động sống chỉ là phương tiện để tăng
sức lao động tích lũy
**Dans la société communiste, le travail accumulé n'est qu'un
moyen d'élargir, d'enrichir, de promouvoir l'existence de
l'ouvrier**
Trong xã hội cộng sản, lao động tích lũy chỉ là một phương
tiện để mở rộng, làm giàu, thúc đẩy sự tồn tại của người lao
động
**C'est pourquoi, dans la société bourgeoise, le passé domine
le présent**
Do đó, trong xã hội tư sản, quá khứ thống trị hiện tại
dans la société communiste, le présent domine le passé
trong xã hội cộng sản, hiện tại thống trị quá khứ
**Dans la société bourgeoise, le capital est indépendant et a
une individualité**
Trong xã hội tư sản, tư bản là độc lập và có tính cá nhân
**Dans la société bourgeoise, la personne vivante est
dépendante et n'a pas d'individualité**
Trong xã hội tư sản, người sống phụ thuộc và không có cá tính

Et l'abolition de cet état de choses est appelée par la bourgeoisie l'abolition de l'individualité et de la liberté !

Và việc bãi bỏ tình trạng này được giai cấp tư sản gọi là, xóa bỏ tính cá nhân và tự do!

Et c'est à juste titre qu'on l'appelle l'abolition de l'individualité et de la liberté !

Và nó được gọi đúng là bãi bỏ tính cá nhân và tự do!

Le communisme vise à l'abolition de l'individualité bourgeoise

Chủ nghĩa cộng sản nhằm xóa bỏ tính cá nhân tư sản

Le communisme veut l'abolition de l'indépendance de la bourgeoisie

Chủ nghĩa cộng sản có ý định xóa bỏ nền độc lập của giai cấp tư sản

La liberté de la bourgeoisie est sans aucun doute ce que vise le communisme

Tự do tư sản chắc chắn là điều mà chủ nghĩa cộng sản đang hướng tới

dans les conditions actuelles de production de la bourgeoisie, la liberté signifie le libre-échange, la liberté de vendre et d'acheter

trong điều kiện sản xuất của giai cấp tư sản hiện nay, tự do có nghĩa là tự do thương mại, tự do mua bán

Mais si la vente et l'achat disparaissent, la vente et l'achat gratuits disparaissent également

Nhưng nếu bán và mua biến mất, bán và mua tự do cũng biến mất

Les « paroles courageuses » de la bourgeoisie sur la vente et l'achat libres n'ont qu'un sens limité

"Những lời dũng cảm" của giai cấp tư sản về mua bán tự do chỉ có ý nghĩa hạn chế

Ces mots n'ont de sens que par opposition à la vente et à l'achat restreints

Những từ này chỉ có ý nghĩa trái ngược với việc bán và mua bị hạn chế

et ces mots n'ont de sens que lorsqu'ils s'appliquent aux marchands enchaînés du moyen âge

và những từ này chỉ có ý nghĩa khi áp dụng cho các thương nhân bị trói buộc của thời Trung cổ

et cela suppose que ces mots aient même un sens dans un sens bourgeois

và điều đó giả định những từ này thậm chí có ý nghĩa theo nghĩa tư sản

mais ces mots n'ont aucun sens lorsqu'ils sont utilisés pour s'opposer à l'abolition communiste de l'achat et de la vente

nhưng những từ này không có ý nghĩa khi chúng được sử dụng để phản đối việc Cộng sản bãi bỏ mua và bán

les mots n'ont pas de sens lorsqu'ils sont utilisés pour s'opposer à l'abolition des conditions de production de la bourgeoisie

những từ ngữ không có ý nghĩa khi chúng được sử dụng để chống lại các điều kiện sản xuất của giai cấp tư sản bị xóa bỏ

et ils n'ont aucun sens lorsqu'ils sont utilisés pour s'opposer à l'abolition de la bourgeoisie elle-même

và chúng không có ý nghĩa gì khi chúng được sử dụng để chống lại chính giai cấp tư sản bị xóa bỏ

Vous êtes horrifiés par notre intention d'en finir avec la propriété privée

Bạn kinh hoàng trước ý định của chúng tôi để loại bỏ tài sản tư nhân

Mais dans votre société actuelle, la propriété privée est déjà abolie pour les neuf dixièmes de la population

Nhưng trong xã hội hiện tại của bạn, tài sản tư nhân đã bị xóa bỏ cho chín phần mười dân số

L'existence d'une propriété privée pour quelques-uns est uniquement due à sa non-existence entre les mains des neuf dixièmes de la population

Sự tồn tại của tài sản tư nhân đối với một số ít chỉ là do nó không tồn tại trong tay chín phần mười dân số

Vous nous reprochez donc d'avoir l'intention de supprimer une forme de propriété

Do đó, bạn trách móc chúng tôi với ý định loại bỏ một hình thức tài sản

Mais la propriété privée nécessite l'inexistence de toute propriété pour l'immense majorité de la société

Nhưng sở hữu tư nhân đòi hỏi sự không tồn tại của bất kỳ tài sản nào đối với đại đa số xã hội

En un mot, vous nous reprochez d'avoir l'intention de vous débarrasser de vos biens

Nói một cách dễ hiểu, bạn trách móc chúng tôi với ý định lấy đi tài sản của bạn

Et c'est précisément le cas ; se débarrasser de votre propriété est exactement ce que nous avons l'intention de faire

Và nó chính xác là như vậy; loại bỏ Tài sản của bạn chỉ là những gì chúng tôi dự định

À partir du moment où le travail ne peut plus être converti en capital, en argent ou en rente

Từ thời điểm lao động không còn có thể được chuyển đổi thành vốn, tiền hoặc tiền thuê

quand le travail ne peut plus être converti en un pouvoir social monopolisé

khi lao động không còn có thể được chuyển đổi thành một quyền lực xã hội có khả năng độc quyền

à partir du moment où la propriété individuelle ne peut plus être transformée en propriété bourgeoise

từ thời điểm tài sản cá nhân không còn có thể chuyển hóa thành tài sản tư sản

à partir du moment où la propriété individuelle ne peut plus être transformée en capital

từ thời điểm tài sản cá nhân không còn có thể chuyển thành vốn

À partir de ce moment-là, vous dites que l'individualité s'évanouit

Từ lúc đó, bạn nói rằng tính cá nhân biến mất

Vous devez donc avouer que par « individu » vous n'entendez personne d'autre que la bourgeoisie

Do đó, bạn phải thú nhận rằng "cá nhân" không có nghĩa là người nào khác ngoài giai cấp tư sản

Vous devez avouer qu'il s'agit spécifiquement du propriétaire de la classe moyenne

Bạn phải thú nhận rằng nó đặc biệt đề cập đến chủ sở hữu tài sản trung lưu

Cette personne doit, en effet, être balayée et rendue impossible

Người này, quả nhiên phải bị quét sạch, làm cho không thể

Le communisme ne prive personne du pouvoir de s'approprier les produits de la société

Chủ nghĩa cộng sản không tước đoạt quyền lực của bất kỳ ai để chiếm đoạt các sản phẩm của xã hội

tout ce que fait le communisme, c'est de le priver du pouvoir de subjuguer le travail d'autrui au moyen d'une telle appropriation

tất cả những gì chủ nghĩa cộng sản làm là tước đoạt quyền lực của anh ta để khuất phục lao động của người khác bằng cách chiếm đoạt như vậy

On a objecté qu'avec l'abolition de la propriété privée, tout travail cesserait

Người ta đã phản đối rằng khi bãi bỏ tài sản tư nhân, tất cả các công việc sẽ chấm dứt

et il est alors suggéré que la paresse universelle nous rattrapera

Và sau đó người ta cho rằng sự lười biếng phổ quát sẽ vượt qua chúng ta

D'après cela, il y a longtemps que la société bourgeoise aurait dû aller aux chiens par pure oisiveté

Theo đó, xã hội tư sản từ lâu đã phải đến với những thông qua sự nhàn rỗi tuyệt đối

parce que ceux de ses membres qui travaillent, n'acquièrent rien

Bởi vì những thành viên của nó làm việc, không thu được gì

et ceux de ses membres qui acquièrent quoi que ce soit, ne travaillent pas

và những thành viên của nó có được bất cứ điều gì, không hoạt động

L'ensemble de cette objection n'est qu'une autre expression de la tautologie

Toàn bộ sự phản đối này chỉ là một biểu hiện khác của tautology

Il ne peut plus y avoir de travail salarié quand il n'y a plus de capital

không còn lao động làm công ăn lương khi không còn vốn

Il n'y a pas de différence entre les produits matériels et les produits mentaux

Không có sự khác biệt giữa sản phẩm vật chất và sản phẩm tinh thần

Le communisme propose que les deux soient produits de la même manière

Chủ nghĩa cộng sản đề xuất cả hai đều được sản xuất theo cùng một cách

mais les objections contre les modes communistes de production sont les mêmes

nhưng những phản đối chống lại các phương thức sản xuất này của Cộng sản là như nhau

pour la bourgeoisie, la disparition de la propriété de classe est la disparition de la production elle-même

đối với giai cấp tư sản, sự biến mất của tài sản giai cấp là sự biến mất của chính sản xuất

Ainsi, la disparition de la culture de classe est pour lui identique à la disparition de toute culture

Vì vậy, sự biến mất của văn hóa giai cấp đối với anh ta giống hệt với sự biến mất của tất cả các nền văn hóa

Cette culture, dont il déplore la perte, n'est pour l'immense majorité qu'un simple entraînement à agir comme une machine

Nền văn hóa đó, sự mất mát mà ông than thở, đối với đại đa số chỉ là một sự đào tạo đơn thuần để hoạt động như một cỗ máy

Les communistes ont bien l'intention d'abolir la culture de la propriété bourgeoise

Những người cộng sản rất có ý định xóa bỏ văn hóa sở hữu tư sản

Mais ne vous querellez pas avec nous tant que vous appliquez les normes de vos notions bourgeoises de liberté, de culture, de droit, etc

Nhưng đừng tranh cãi với chúng tôi miễn là bạn áp dụng tiêu chuẩn của các quan niệm tư sản của bạn về tự do, văn hóa, pháp luật, v.v

Vos idées mêmes ne sont que le résultat des conditions de votre production bourgeoise et de la propriété bourgeoise

Chính tư tưởng của các bạn chỉ là kết quả của các điều kiện sản xuất tư sản và tài sản tư sản của các bạn

de même que votre jurisprudence n'est que la volonté de votre classe érigée en loi pour tous

Cũng giống như luật học của bạn là nhưng ý chí của giai cấp bạn được tạo thành luật cho tất cả mọi người

Le caractère essentiel et l'orientation de cette volonté sont déterminés par les conditions économiques créées par votre classe sociale

Đặc tính và hướng đi thiết yếu của ý chí này được xác định bởi các điều kiện kinh tế mà tầng lớp xã hội của bạn tạo ra

L'idée fausse égoïste qui vous pousse à transformer les formes sociales en lois éternelles de la nature et de la raison

Quan niệm sai lầm ích kỷ khiến bạn biến đổi các hình thức xã hội thành quy luật vĩnh cửu của tự nhiên và lý trí

les formes sociales qui découlent de votre mode de production et de votre forme de propriété actuels

Các hình thức xã hội nảy sinh từ phương thức sản xuất và hình thức sở hữu hiện tại của bạn

des rapports historiques qui naissent et disparaissent dans le progrès de la production

quan hệ lịch sử tăng và biến mất trong quá trình sản xuất

cette idée fausse que vous partagez avec toutes les classes dirigeantes qui vous ont précédés

Quan niệm sai lầm này bạn chia sẻ với mọi giai cấp thống trị đã đi trước bạn

Ce que vous voyez clairement dans le cas de la propriété ancienne, ce que vous admettez dans le cas de la propriété féodale

Những gì bạn thấy rõ trong trường hợp tài sản cổ, những gì bạn thừa nhận trong trường hợp sở hữu phong kiến

ces choses, il vous est bien entendu interdit de les admettre dans le cas de votre propre forme de propriété bourgeoise

những điều này tất nhiên bạn bị cấm thừa nhận trong trường hợp hình thức sở hữu tư sản của riêng bạn

Abolition de la famille ! Même les plus radicaux s'enflamment devant cette infâme proposition des communistes

Bãi bỏ gia đình! Ngay cả những người cực đoan nhất cũng bùng lên trước đề xuất khét tiếng này của những người Cộng sản

Sur quelle base se fonde la famille actuelle, la famille bourgeoise ?

Gia đình hiện nay, gia đình tư sản, dựa trên nền tảng nào?

La fondation de la famille actuelle est basée sur le capital et le gain privé

Nền tảng của gia đình hiện tại dựa trên vốn và lợi ích tư nhân

Sous sa forme complètement développée, cette famille n'existe que dans la bourgeoisie

Ở dạng hoàn toàn phát triển, gia đình này chỉ tồn tại trong giai cấp tư sản

Cet état de choses trouve son complément dans l'absence pratique de la famille chez les prolétaires

Tình trạng này tìm thấy sự bổ sung của nó trong sự vắng mặt thực tế của gia đình giữa những người vô sản

Cet état de choses se retrouve dans la prostitution publique

Tình trạng này có thể được tìm thấy trong mại dâm công cộng

La famille bourgeoise disparaîtra d'office quand son effectif disparaîtra

Gia đình tư sản sẽ biến mất như một lẽ tất nhiên khi sự bổ sung của nó biến mất

et l'une et l'autre s'évanouiront avec la disparition du capital

Và cả hai ý chí này sẽ biến mất cùng với sự biến mất của tư bản

Nous accusez-vous de vouloir mettre fin à l'exploitation des enfants par leurs parents ?

Bạn có buộc tội chúng tôi muốn ngăn chặn sự bóc lột trẻ em của cha mẹ chúng không?

Nous plaidons coupables de ce crime

Đối với tội ác này, chúng tôi nhận tội

Mais, direz-vous, on détruit les relations les plus sacrées, quand on remplace l'éducation à domicile par l'éducation sociale

Nhưng, bạn sẽ nói, chúng ta phá hủy những mối quan hệ thiêng liêng nhất, khi chúng ta thay thế giáo dục gia đình bằng giáo dục xã hội

Votre éducation n'est-elle pas aussi sociale ? Et n'est-elle pas déterminée par les conditions sociales dans lesquelles vous éduquez ?

Có phải giáo dục của bạn cũng không phải là xã hội? Và nó không được xác định bởi các điều kiện xã hội mà bạn giáo dục?

par l'intervention, directe ou indirecte, de la société, par le biais de l'école, etc.

bằng sự can thiệp, trực tiếp hoặc gián tiếp, của xã hội, bằng phương tiện của trường học, v.v.

Les communistes n'ont pas inventé l'intervention de la société dans l'éducation

Những người cộng sản đã không phát minh ra sự can thiệp của xã hội vào giáo dục

ils ne cherchent qu'à modifier le caractère de cette intervention

Họ làm nhưng tìm cách thay đổi tính chất của sự can thiệp đó

et ils cherchent à sauver l'éducation de l'influence de la classe dirigeante

Và họ tìm cách giải cứu giáo dục khỏi ảnh hưởng của giai cấp thống trị

La bourgeoisie parle de la relation sacrée du parent et de l'enfant

Giai cấp tư sản nói về mối quan hệ đồng cảm thiêng liêng của cha mẹ và con cái

mais ce baratin sur la famille et l'éducation devient d'autant plus répugnant quand on regarde l'industrie moderne

nhưng cái bẫy vỗ tay về gia đình và giáo dục này càng trở nên kinh tởm hơn khi chúng ta nhìn vào ngành công nghiệp hiện đại

Tous les liens familiaux entre les prolétaires sont déchirés par l'industrie moderne

Tất cả các mối quan hệ gia đình giữa những người vô sản đều bị xé nát bởi ngành công nghiệp hiện đại

Leurs enfants sont transformés en simples objets de commerce et en instruments de travail

Con cái của họ được biến đổi thành những vật phẩm thương mại và công cụ lao động đơn giản

Mais vous, communistes, vous créeriez une communauté de femmes, crie en chœur toute la bourgeoisie

Nhưng những người cộng sản các bạn sẽ tạo ra một cộng đồng phụ nữ, hét lên toàn bộ giai cấp tư sản trong điệp khúc

La bourgeoisie ne voit en sa femme qu'un instrument de production

Giai cấp tư sản nhìn thấy ở vợ mình một công cụ sản xuất đơn thuần

Il entend dire que les instruments de production doivent être exploités par tous

Anh ta nghe nói rằng các công cụ sản xuất sẽ được khai thác bởi tất cả mọi người

et, naturellement, il ne peut arriver à aucune autre conclusion que celle d'être commun à tous retombera également sur les femmes

Và, một cách tự nhiên, anh ta không thể đi đến kết luận nào khác ngoài việc rất nhiều điều phổ biến đối với tất cả mọi người cũng sẽ rơi vào phụ nữ

Il ne soupçonne même pas qu'il s'agit en fait d'en finir avec le statut de la femme en tant que simple instrument de production

Ông thậm chí không nghi ngờ rằng mục đích thực sự là loại bỏ địa vị của phụ nữ chỉ là công cụ sản xuất

Du reste, rien n'est plus ridicule que l'indignation vertueuse de notre bourgeoisie contre la communauté des femmes

Đối với phần còn lại, không có gì lố bịch hơn sự phẫn nộ đạo đức của giai cấp tư sản chúng ta đối với cộng đồng phụ nữ

ils prétendent qu'elle doit être établie ouvertement et officiellement par les communistes

họ giả vờ rằng nó được thành lập công khai và chính thức bởi những người Cộng sản

Les communistes n'ont pas besoin d'introduire la communauté des femmes, elle existe depuis des temps immémoriaux

Những người cộng sản không cần phải giới thiệu cộng đồng phụ nữ, nó đã tồn tại gần như từ thời xa xưa

Notre bourgeoisie ne se contente pas d'avoir à sa disposition les femmes et les filles de ses prolétaires

Giai cấp tư sản của chúng ta không bằng lòng với việc có vợ và con gái của những người vô sản theo ý của họ

Ils prennent le plus grand plaisir à séduire les femmes de l'autre

Họ có niềm vui lớn nhất trong việc quyến rũ vợ của nhau

Et cela ne parle même pas des prostituées ordinaires

Và điều đó thậm chí không nói đến gái mại dâm thông thường

Le mariage bourgeois est en réalité un système d'épouses en commun

Hôn nhân tư sản trên thực tế là một hệ thống chung của những người vợ

puis il y a une chose qu'on pourrait peut-être reprocher aux communistes

thì có một điều mà những người Cộng sản có thể bị khiển
trách

**Ils souhaitent introduire une communauté de femmes
ouvertement légalisée**

Họ mong muốn giới thiệu một cộng đồng phụ nữ được hợp
pháp hóa công khai

**plutôt qu'une communauté de femmes hypocritement
dissimulée**

chứ không phải là một cộng đồng phụ nữ bị che giấu một cách
đạo đức giả

la communauté des femmes issues du système de production

Cộng đồng phụ nữ xuất phát từ hệ thống sản xuất

**Abolissez le système de production, et vous abolissez la
communauté des femmes**

Bãi bỏ hệ thống sản xuất, và bạn xóa bỏ cộng đồng phụ nữ

La prostitution publique est abolie et la prostitution privée

cả mại dâm công cộng đều bị bãi bỏ, và mại dâm tư nhân

**On reproche en outre aux communistes de vouloir abolir les
pays et les nationalités**

Những người cộng sản còn bị khiển trách nhiều hơn với mong
muốn xóa bỏ các quốc gia và quốc tịch

**Les travailleurs n'ont pas de patrie, nous ne pouvons donc
pas leur prendre ce qu'ils n'ont pas**

Những người lao động không có đất nước, vì vậy chúng ta
không thể lấy đi của họ những gì họ không có

Le prolétariat doit d'abord acquérir la suprématie politique

Giai cấp vô sản trước hết phải giành được quyền lực chính trị
tối cao

**Le prolétariat doit s'élever pour être la classe dirigeante de la
nation**

giai cấp vô sản phải vươn lên làm giai cấp lãnh đạo dân tộc

Le prolétariat doit se constituer en nation

giai cấp vô sản phải tự tạo thành dân tộc

**elle est, jusqu'à présent, elle-même nationale, mais pas dans
le sens bourgeois du mot**

cho đến nay, bản thân nó là quốc gia, mặc dù không theo nghĩa tư sản của từ này

Les différences nationales et les antagonismes entre les peuples s'estompent chaque jour davantage

Sự khác biệt và đối kháng quốc gia giữa các dân tộc ngày càng biến mất

grâce au développement de la bourgeoisie, à la liberté du commerce, au marché mondial

do sự phát triển của giai cấp tư sản, tự do thương mại, thị trường thế giới

à l'uniformité du mode de production et des conditions de vie qui y correspondent

đến sự đồng nhất trong phương thức sản xuất và trong các điều kiện của cuộc sống tương ứng với nó

La suprématie du prolétariat les fera disparaître encore plus vite

Quyền lực tối cao của giai cấp vô sản sẽ khiến họ biến mất nhanh hơn nữa

L'action unie, du moins dans les principaux pays civilisés, est une des premières conditions de l'émancipation du prolétariat

Hành động thống nhất, ít nhất là của các nước văn minh hàng đầu, là một trong những điều kiện đầu tiên để giải phóng giai cấp vô sản

Dans la mesure où l'exploitation d'un individu par un autre prendra fin, l'exploitation d'une nation par une autre prendra également fin à

Theo tỷ lệ khi sự bóc lột của một cá nhân bởi một cá nhân khác được chấm dứt, sự bóc lột của một quốc gia bởi một quốc gia khác cũng sẽ được chấm dứt

À mesure que l'antagonisme entre les classes à l'intérieur de la nation disparaîtra, l'hostilité d'une nation envers une autre prendra fin

Tỷ lệ thuận với sự đối kháng giữa các giai cấp trong quốc gia biến mất, sự thù địch của quốc gia này với quốc gia khác sẽ chấm dứt

Les accusations portées contre le communisme d'un point de vue religieux, philosophique et, en général, idéologique, ne méritent pas d'être examinées sérieusement

Các cáo buộc chống lại chủ nghĩa cộng sản được đưa ra từ một tôn giáo, một triết học, và, nói chung, từ quan điểm ý thức hệ, không đáng được xem xét nghiêm túc

Faut-il une intuition profonde pour comprendre que les idées, les vues et les conceptions de l'homme changent à chaque changement dans les conditions de son existence matérielle ?

Nó có đòi hỏi trực giác sâu sắc để hiểu rằng những ý tưởng, quan điểm và quan niệm của con người thay đổi với mọi thay đổi trong điều kiện tồn tại vật chất của anh ta không?

N'est-il pas évident que la conscience de l'homme change lorsque ses relations sociales et sa vie sociale changent ?

Chẳng phải rõ ràng là ý thức của con người thay đổi khi các mối quan hệ xã hội và đời sống xã hội của con người thay đổi?

Qu'est-ce que l'histoire des idées prouve d'autre, sinon que la production intellectuelle change de caractère à mesure que la production matérielle se modifie ?

Lịch sử của các ý tưởng chứng minh điều gì khác hơn là sản xuất trí tuệ thay đổi tính chất của nó theo tỷ lệ khi sản xuất vật chất bị thay đổi?

Les idées dominantes de chaque époque ont toujours été les idées de sa classe dirigeante

Những tư tưởng thống trị của mỗi thời đại đã từng là ý tưởng của giai cấp thống trị của nó

Quand on parle d'idées qui révolutionnent la société, on n'exprime qu'un seul fait

Khi mọi người nói về những ý tưởng cách mạng hóa xã hội, họ chỉ thể hiện một thực tế

Au sein de l'ancienne société, les éléments d'une nouvelle société ont été créés

Trong xã hội cũ, các yếu tố của một xã hội mới đã được tạo ra

et que la dissolution des vieilles idées va de pair avec la dissolution des anciennes conditions d'existence

và rằng sự tan rã của những ý tưởng cũ thậm chí còn theo kịp với sự tan rã của các điều kiện tồn tại cũ

Lorsque le monde antique était dans ses dernières affresses, les anciennes religions ont été vaincues par le christianisme

Khi thế giới cổ đại đang ở trong cơn thịnh nộ cuối cùng, các tôn giáo cổ đại đã bị Cơ đốc giáo vượt qua

Lorsque les idées chrétiennes ont succombé au XVIIIe siècle aux idées rationalistes, la société féodale a mené une bataille à mort contre la bourgeoisie alors révolutionnaire

Khi các ý tưởng Kitô giáo không chịu nổi những ý tưởng duy lý vào thế kỷ 18, xã hội phong kiến đã chiến đấu trong trận chiến sinh tử với giai cấp tư sản cách mạng lúc đó

Les idées de liberté religieuse et de liberté de conscience n'ont fait qu'exprimer l'emprise de la libre concurrence dans le domaine de la connaissance

Những ý tưởng về tự do tôn giáo và tự do lương tâm chỉ đơn thuần thể hiện sự thống trị của sự cạnh tranh tự do trong lĩnh vực tri thức

« Sans doute, dira-t-on, les idées religieuses, morales, philosophiques et juridiques ont été modifiées au cours du développement historique »

"Chắc chắn," người ta sẽ nói, "các ý tưởng tôn giáo, đạo đức, triết học và pháp lý đã được sửa đổi trong quá trình phát triển lịch sử"

Mais la religion, la morale, la philosophie, la science politique et le droit ont constamment survécu à ce changement.

"Nhưng tôn giáo, triết học đạo đức, khoa học chính trị và luật pháp, liên tục sống sót sau sự thay đổi này"

« Il y a aussi des vérités éternelles, telles que la Liberté, la Justice, etc. »

"Cũng có những sự thật vĩnh cửu, chẳng hạn như Tự do, Công lý, v.v."

« Ces vérités éternelles sont communes à tous les états de la société »

"Những lẽ thật vĩnh cửu này là chung cho tất cả các trạng thái của xã hội"

« Mais le communisme abolit les vérités éternelles, il abolit toute religion et toute morale »

"Nhưng chủ nghĩa cộng sản xóa bỏ những chân lý vĩnh cửu, nó xóa bỏ tất cả tôn giáo, và tất cả đạo đức"

« il fait cela au lieu de les constituer sur une nouvelle base »

"Nó làm điều này thay vì cấu thành chúng trên một cơ sở mới"

« Elle agit donc en contradiction avec toute l'expérience historique passée »

"Do đó, nó hoạt động mâu thuẫn với tất cả kinh nghiệm lịch sử trong quá khứ"

À quoi se réduit cette accusation ?

Lời buộc tội này tự giảm xuống thành gì?

L'histoire de toute la société passée a consisté dans le développement d'antagonismes de classe

Lịch sử của tất cả các xã hội trong quá khứ đã bao gồm sự phát triển của sự đối kháng giai cấp

antagonismes qui ont pris des formes différentes selon les époques

đối kháng giả định các hình thức khác nhau ở các thời đại khác nhau

Mais quelle que soit la forme qu'ils aient prise, un fait est commun à tous les âges passés

Nhưng bất kể họ có thể đã thực hiện dưới hình thức nào, một thực tế là phổ biến cho tất cả các thời đại trong quá khứ

l'exploitation d'une partie de la société par l'autre

sự bóc lột của một bộ phận trong xã hội bởi bộ phận kia

Il n'est donc pas étonnant que la conscience sociale des âges passés se meuve à l'intérieur de certaines formes communes ou d'idées générales

Do đó, không có gì ngạc nhiên khi ý thức xã hội của các thời đại trong quá khứ di chuyển trong các hình thức phổ biến nhất định, hoặc ý tưởng chung

(et ce, malgré toute la multiplicité et la variété qu'il affiche)

(và đó là bất chấp tất cả sự đa dạng và đa dạng mà nó hiển thị)

et ceux-ci ne peuvent disparaître complètement qu'avec la disparition totale des antagonismes de classe

Và những điều này không thể biến mất hoàn toàn ngoại trừ sự biến mất hoàn toàn của sự đối kháng giai cấp

La révolution communiste est la rupture la plus radicale avec les rapports de propriété traditionnels

Cuộc cách mạng cộng sản là sự rạn nứt triệt để nhất với quan hệ sở hữu truyền thống

Il n'est donc pas étonnant que son développement implique la rupture la plus radicale avec les idées traditionnelles

Không có gì ngạc nhiên khi sự phát triển của nó liên quan đến sự phá vỡ triệt để nhất với các ý tưởng truyền thống

Mais finissons-en avec les objections de la bourgeoisie contre le communisme

Nhưng chúng ta hãy làm với sự phản đối của giai cấp tư sản đối với chủ nghĩa cộng sản

Nous avons vu plus haut le premier pas de la révolution de la classe ouvrière

Chúng ta đã thấy trên bước đầu tiên trong cuộc cách mạng của giai cấp công nhân

Le prolétariat doit être élevé à la position de dirigeant, pour gagner la bataille de la démocratie

Giai cấp vô sản phải được nâng lên vị trí cầm quyền, để giành chiến thắng trong cuộc chiến dân chủ

Le prolétariat usera de sa suprématie politique pour arracher peu à peu tout le capital à la bourgeoisie

Giai cấp vô sản sẽ sử dụng ưu thế chính trị của mình để giành giật, theo mức độ, tất cả tư bản từ giai cấp tư sản

elle centralisera tous les instruments de production entre les mains de l'État

nó sẽ tập trung tất cả các công cụ sản xuất vào tay Nhà nước

En d'autres termes, le prolétariat s'est organisé en classe dominante

Nói cách khác, giai cấp vô sản được tổ chức thành giai cấp thống trị

et elle augmentera le plus rapidement possible le total des forces productives

và nó sẽ tăng tổng lực lượng sản xuất càng nhanh càng tốt

Bien sûr, au début, cela ne peut se faire qu'au moyen d'incursions despotiques dans les droits de propriété

Tất nhiên, ngay từ đầu, điều này không thể được thực hiện ngoại trừ bằng các phương tiện xâm nhập chuyên chế vào quyền sở hữu

et elle doit être réalisée dans les conditions de la production bourgeoise

và nó phải đạt được trên điều kiện sản xuất tư sản

Elle est donc réalisée au moyen de mesures qui semblent économiquement insuffisantes et intenables

Nó đạt được bằng các biện pháp, do đó, dường như không đủ kinh tế và không thể kiểm soát được

mais ces moyens, dans le cours du mouvement, se dépassent d'eux-mêmes

Nhưng những phương tiện này, trong quá trình của phong trào, vượt xa chính họ

elles nécessitent de nouvelles incursions dans l'ancien ordre social

Họ đòi hỏi phải xâm nhập sâu hơn vào trật tự xã hội cũ

et ils sont inévitables comme moyen de révolutionner entièrement le mode de production

Và chúng không thể tránh khỏi như một phương tiện cách mạng hóa hoàn toàn phương thức sản xuất

Ces mesures seront bien sûr différentes selon les pays

Những biện pháp này tất nhiên sẽ khác nhau ở các quốc gia khác nhau

Néanmoins, dans les pays les plus avancés, ce qui suit sera assez généralement applicable

Tuy nhiên, ở các nước tiên tiến nhất, những điều sau đây sẽ được áp dụng khá phổ biến:

1. L'abolition de la propriété foncière et l'affectation de toutes les rentes foncières à des fins publiques.

1. Bãi bỏ tài sản trên đất và áp dụng toàn bộ tiền thuê đất vào mục đích công cộng.

2. Un impôt sur le revenu progressif ou progressif lourd.

2. Thuế thu nhập lũy tiến hoặc thuế lũy tiến cao.

3. Abolition de tout droit d'héritage.

3. Bãi bỏ mọi quyền thừa kế.

4. Confiscation des biens de tous les émigrés et rebelles.

4. Tịch thu tài sản của tất cả những người di cư và phiến quân.

5. Centralisation du crédit entre les mains de l'État, au moyen d'une banque nationale à capital d'État et monopole exclusif.

5. Tập trung tín dụng trong tay Nhà nước, thông qua một ngân hàng quốc gia có vốn nhà nước và độc quyền độc quyền.

6. Centralisation des moyens de communication et de transport entre les mains de l'État.

6. Tập trung các phương tiện thông tin liên lạc và vận tải trong tay Nhà nước.

7. Extension des usines et des instruments de production appartenant à l'État

7. Mở rộng nhà xưởng, dụng cụ sản xuất thuộc sở hữu Nhà nước

la mise en culture des terres incultes, et l'amélioration du sol en général d'après un plan commun.

việc đưa vào canh tác đất thải, và cải tạo đất nói chung theo một kế hoạch chung.

8. Responsabilité égale de tous vis-à-vis du travail

8. Trách nhiệm bình đẳng của tất cả mọi người đối với lao động

Mise en place d'armées industrielles, notamment pour l'agriculture.

Thành lập quân đội công nghiệp, đặc biệt là cho nông nghiệp.

9. Combinaison de l'agriculture et des industries manufacturières

9. Kết hợp nông nghiệp với công nghiệp sản xuất

l'abolition progressive de la distinction entre la ville et la campagne, par une répartition plus égale de la population sur le territoire.

dần dần xóa bỏ sự phân biệt giữa thị trấn và nông thôn, bằng cách phân phối dân số bình đẳng hơn trên cả nước.

10. Gratuité de l'éducation pour tous les enfants dans les écoles publiques.

10. Giáo dục miễn phí cho tất cả trẻ em trong các trường công lập.

Abolition du travail des enfants dans les usines sous sa forme actuelle

Xóa bỏ lao động nhà máy trẻ em theo hình thức hiện tại

Combinaison de l'éducation et de la production industrielle

Kết hợp giáo dục với sản xuất công nghiệp

Quand, au cours du développement, les distinctions de classe ont disparu

Khi, trong quá trình phát triển, sự phân biệt giai cấp đã biến mất

et quand toute la production aura été concentrée entre les mains d'une vaste association de toute la nation

và khi mọi sản xuất đã được tập trung trong tay một hiệp hội rộng lớn của cả dân tộc

alors la puissance publique perdra son caractère politique

thì quyền lực công cộng sẽ mất đi tính chất chính trị của nó

Le pouvoir politique, proprement dit, n'est que le pouvoir organisé d'une classe pour en opprimer une autre

Quyền lực chính trị, được gọi đúng như vậy, chỉ đơn thuần là quyền lực có tổ chức của một giai cấp để đàn áp giai cấp khác

Si le prolétariat, dans sa lutte contre la bourgeoisie, est contraint, par la force des choses, de s'organiser en classe

Nếu giai cấp vô sản trong cuộc cạnh tranh với giai cấp tư sản, bằng sức mạnh của hoàn cảnh, buộc phải tự tổ chức thành một giai cấp

si, par une révolution, elle se fait la classe dominante

Nếu, bằng một cuộc cách mạng, nó tự biến mình thành giai cấp thống trị

et, en tant que telle, elle balaie par la force les anciennes conditions de production

và, như vậy, nó quét sạch bằng vũ lực các điều kiện sản xuất cũ

alors, avec ces conditions, elle aura balayé les conditions d'existence des antagonismes de classes et des classes en général

Sau đó, cùng với những điều kiện này, nó sẽ quét sạch các điều kiện cho sự tồn tại của sự đối kháng giai cấp và của các giai cấp nói chung

et aura ainsi aboli sa propre suprématie en tant que classe.

và do đó sẽ xóa bỏ quyền tối cao của chính nó như một giai cấp.

A la place de l'ancienne société bourgeoise, avec ses classes et ses antagonismes de classes, nous aurons une association

Thay cho xã hội tư sản cũ, với các giai cấp và đối kháng giai cấp, chúng ta sẽ có một hiệp hội

une association dans laquelle le libre développement de chacun est la condition du libre développement de tous

Một hiệp hội trong đó sự phát triển tự do của mỗi người là điều kiện cho sự phát triển tự do của tất cả mọi người

1) Le socialisme réactionnaire
1) Chủ nghĩa xã hội phản động

a) Le socialisme féodal
a) Chủ nghĩa xã hội phong kiến

les aristocraties de France et d'Angleterre avaient une position historique unique
các tầng lớp quý tộc của Pháp và Anh có một vị trí lịch sử độc đáo

c'est devenu leur vocation d'écrire des pamphlets contre la société bourgeoise moderne
nó trở thành ơn gọi của họ để viết sách nhỏ chống lại xã hội tư sản hiện đại

Dans la révolution française de juillet 1830 et dans l'agitation réformiste anglaise
Trong cuộc cách mạng Pháp tháng 7 năm 1830, và trong phong trào cải cách Anh

Ces aristocraties succombèrent de nouveau à l'odieux parvenu
Những tầng lớp quý tộc này một lần nữa chịu thua trước những người mới nổi đáng ghét

Dès lors, il n'était plus question d'une lutte politique sérieuse
Sau đó, một cuộc cạnh tranh chính trị nghiêm túc hoàn toàn nằm ngoài câu hỏi

Tout ce qui restait possible, c'était une bataille littéraire, pas une véritable bataille
Tất cả những gì còn lại có thể là trận chiến văn học, không phải là một trận chiến thực sự

Mais même dans le domaine de la littérature, les vieux cris de la période de la restauration étaient devenus impossibles
Nhưng ngay cả trong lĩnh vực văn học, những tiếng kêu cũ của thời kỳ phục hồi đã trở nên không thể

Pour s'attirer la sympathie, l'aristocratie était obligée de perdre de vue, semble-t-il, ses propres intérêts

Để khơi dậy sự đồng cảm, tầng lớp quý tộc có nghĩa vụ phải đánh mất tầm nhìn, rõ ràng, về lợi ích của chính họ

et ils ont été obligés de formuler leur réquisitoire contre la bourgeoisie dans l'intérêt de la classe ouvrière exploitée

và họ có nghĩa vụ xây dựng bản cáo trạng chống lại giai cấp tư sản vì lợi ích của giai cấp công nhân bị bóc lột

C'est ainsi que l'aristocratie prit sa revanche en chantant des pamphlets sur son nouveau maître

Do đó, tầng lớp quý tộc đã trả thù họ bằng cách hát đả kích chủ nhân mới của họ

et ils prirent leur revanche en lui murmurant à l'oreille de sinistres prophéties de catastrophe à venir

Và họ đã trả thù bằng cách thì thầm vào tai anh ta những lời tiên tri nham hiểm về thảm họa sắp xảy ra

C'est ainsi qu'est né le socialisme féodal : moitié lamentation, moitié moquerie

Theo cách này đã nảy sinh Chủ nghĩa xã hội phong kiến: nửa than thở, nửa đả kích

Il sonnait comme un demi-écho du passé, et projetait une demi-menace de l'avenir

Nó rung lên như một nửa tiếng vang của quá khứ, và dự đoán một nửa mối đe dọa của tương lai

parfois, par sa critique acerbe, spirituelle et incisive, il frappait la bourgeoisie au plus profond de lui-même

đôi khi, bằng những lời phê phán cay đắng, dí dỏm và sắc bén, nó đã đánh vào tận đáy lòng giai cấp tư sản

mais elle a toujours été ridicule dans son effet, par l'incapacité totale de comprendre la marche de l'histoire moderne

Nhưng nó luôn luôn lố bịch trong hiệu quả của nó, thông qua việc hoàn toàn không có khả năng hiểu được cuộc diễu hành của lịch sử hiện đại

L'aristocratie, pour rallier le peuple à elle, agitait le sac d'aumône prolétarien en guise de bannière

Giới quý tộc, để tập hợp nhân dân về với họ, đã vẫy túi bố thí vô sản trước mặt cho một biểu ngữ

Mais le peuple, toutes les fois qu'il se joignait à lui, voyait sur son arrière-train les anciennes armoiries féodales

Nhưng người dân, thường xuyên tham gia cùng họ, đã nhìn thấy trên phần sau của họ những huy hiệu phong kiến cũ

et ils désertèrent avec des rires bruyants et irrévérencieux

Và họ đào ngũ với những tiếng cười lớn và bất kính

Une partie des légitimistes français et de la « Jeune Angleterre » offrit ce spectacle

Một bộ phận của những người theo chủ nghĩa hợp pháp Pháp và "Nước Anh trẻ" đã trưng bày cảnh tượng này

les féodaux ont fait remarquer que leur mode d'exploitation était différent de celui de la bourgeoisie

những người theo chủ nghĩa phong kiến chỉ ra rằng phương thức bóc lột của họ khác với phương thức bóc lột của giai cấp tư sản

Les féodaux oublient qu'ils ont exploité dans des circonstances et des conditions tout à fait différentes

Những người theo chủ nghĩa phong kiến quên rằng họ đã khai thác trong những hoàn cảnh và điều kiện hoàn toàn khác nhau

Et ils n'ont pas remarqué que de telles méthodes d'exploitation sont maintenant désuètes

Và họ đã không nhận thấy các phương pháp khai thác như vậy bây giờ đã lỗi thời

Ils ont montré que, sous leur domination, le prolétariat moderne n'a jamais existé

Họ cho thấy rằng, dưới sự cai trị của họ, giai cấp vô sản hiện đại không bao giờ tồn tại

mais ils oublient que la bourgeoisie moderne est le produit nécessaire de leur propre forme de société

nhưng họ quên rằng giai cấp tư sản hiện đại là con đẻ cần thiết của hình thức xã hội của chính họ

Pour le reste, ils dissimulent à peine le caractère réactionnaire de leur critique

Đối với phần còn lại, họ hầu như không che giấu tính chất phản động của những lời chỉ trích của họ

Leur principale accusation contre la bourgeoisie se résume à ceci

lời buộc tội chính của họ đối với giai cấp tư sản như sau:

sous le régime bourgeois, une classe sociale se développe

dưới chế độ tư sản, một giai cấp xã hội đang được phát triển

Cette classe sociale est destinée à découper de fond en comble l'ancien ordre de la société

Tầng lớp xã hội này được định sẵn để cắt gốc và phân nhánh trật tự cũ của xã hội

Ce qu'ils reprochent à la bourgeoisie, ce n'est pas tant qu'elle crée un prolétariat

Những gì họ nâng đỡ giai cấp tư sản không đến nỗi nó tạo ra một giai cấp vô sản

ce qu'ils reprochent à la bourgeoisie, c'est plutôt de créer un prolétariat révolutionnaire

những gì họ nâng đỡ giai cấp tư sản hơn nữa là tạo ra giai cấp vô sản cách mạng

Dans la pratique politique, ils se joignent donc à toutes les mesures coercitives contre la classe ouvrière

Do đó, trong thực tiễn chính trị, họ tham gia vào tất cả các biện pháp cưỡng chế chống lại giai cấp công nhân

Et dans la vie ordinaire, malgré leurs phrases hautaines, ils s'abaissent à ramasser les pommes d'or tombées de l'arbre de l'industrie

Và trong cuộc sống bình thường, bất chấp những cụm từ cao cấp của họ, họ cúi xuống để nhặt những quả táo vàng rơi từ cây công nghiệp

et ils troquent la vérité, l'amour et l'honneur contre le commerce de la laine, du sucre de betterave et de l'eau-de-vie de pommes de terre

và họ trao đổi lẽ thật, tình yêu và danh dự để buôn bán len, đường củ cải đường và rượu mạnh khoai tây

De même que le pasteur a toujours marché main dans la main avec le propriétaire foncier, il en a été de même du socialisme clérical et du socialisme féodal

Như chủ nghĩa xã hội giáo sĩ đã từng đi đôi với địa chủ, chủ nghĩa xã hội giáo sĩ với chủ nghĩa xã hội phong kiến cũng vậy

Rien n'est plus facile que de donner à l'ascétisme chrétien une teinte socialiste

Không có gì dễ dàng hơn là cung cấp cho chủ nghĩa khổ hạnh Kitô giáo một màu xã hội chủ nghĩa

Le christianisme n'a-t-il pas déclamé contre la propriété privée, contre le mariage, contre l'État ?

Chẳng phải Kitô giáo đã tuyên bố chống lại sở hữu tư nhân, chống lại hôn nhân, chống lại Nhà nước sao?

Le christianisme n'a-t-il pas prêché à la place de la charité et de la pauvreté ?

Chẳng phải Kitô giáo đã không rao giảng thay cho những điều này, bác ái và nghèo khó sao?

Le christianisme ne prêche-t-il pas le célibat et la mortification de la chair, de la vie monastique et de l'Église mère ?

Cơ Đốc giáo không rao giảng về đời sống độc thân và hãm mình xác thịt, đời sống tu viện và Mẹ Giáo Hội sao?

Le socialisme chrétien n'est que l'eau bénite avec laquelle le prêtre consacre les brûlures du cœur de l'aristocrate

Chủ nghĩa xã hội Kitô giáo chỉ là nước thánh mà linh mục thánh hiến những đốt cháy trái tim của giới quý tộc

b) Le socialisme petit-bourgeois
b) Chủ nghĩa xã hội tiểu tư sản

L'aristocratie féodale n'est pas la seule classe ruinée par la bourgeoisie
Giai cấp quý tộc phong kiến không phải là giai cấp duy nhất bị giai cấp tư sản hủy hoại
ce n'était pas la seule classe dont les conditions d'existence languissaient et périssaient dans l'atmosphère de la société bourgeoise moderne
nó không phải là giai cấp duy nhất có điều kiện tồn tại bị ghim chặt và diệt vong trong bầu không khí của xã hội tư sản hiện đại
Les bourgeois médiévaux et les petits propriétaires paysans ont été les précurseurs de la bourgeoisie moderne
Các burgesses thời trung cổ và các chủ sở hữu nông dân nhỏ là tiền thân của giai cấp tư sản hiện đại
Dans les pays peu développés, tant au point de vue industriel que commercial, ces deux classes végètent encore côte à côte
Ở những quốc gia ít phát triển, về công nghiệp và thương mại, hai giai cấp này vẫn thực vật cạnh nhau
et pendant ce temps, la bourgeoisie se lève à côté d'eux : industriellement, commercialement et politiquement
và trong khi đó, giai cấp tư sản nổi lên bên cạnh họ: về công nghiệp, thương mại và chính trị
Dans les pays où la civilisation moderne s'est pleinement développée, une nouvelle classe de petite bourgeoisie s'est formée
Ở những nước mà nền văn minh hiện đại đã phát triển đầy đủ, một giai cấp tiểu tư sản mới đã được hình thành
cette nouvelle classe sociale oscille entre le prolétariat et la bourgeoisie
giai cấp xã hội mới này dao động giữa giai cấp vô sản và tư sản

et elle se renouvelle sans cesse en tant que partie
supplémentaire de la société bourgeoise

và nó luôn tự đổi mới như một bộ phận bổ sung của xã hội tư
sản

Cependant, les membres individuels de cette classe sont
constamment précipités dans le prolétariat

Tuy nhiên, các thành viên cá nhân của giai cấp này liên tục bị
ném xuống giai cấp vô sản

ils sont aspirés par le prolétariat par l'action de la
concurrence

Họ bị giai cấp vô sản hút lên thông qua hành động cạnh tranh

Au fur et à mesure que l'industrie moderne se développe, ils
voient même approcher le moment où ils disparaîtront
complètement en tant que section indépendante de la société
moderne

Khi ngành công nghiệp hiện đại phát triển, họ thậm chí còn
nhìn thấy thời điểm đang đến gần khi họ sẽ hoàn toàn biến
mất như một bộ phận độc lập của xã hội hiện đại

ils seront remplacés, dans les manufactures, l'agriculture et
le commerce, par des surveillants, des huissiers et des
boutiquiers

Chúng sẽ được thay thế, trong các nhà sản xuất, nông nghiệp
và thương mại, bởi những người giám sát, thừa phát lại và
người bán hàng

Dans des pays comme la France, où les paysans représentent
bien plus de la moitié de la population

Ở các nước như Pháp, nơi nông dân chiếm hơn một nửa dân
số

il était naturel qu'il y ait des écrivains qui se rangent du côté
du prolétariat contre la bourgeoisie

điều tự nhiên là có những nhà văn đứng về phía giai cấp vô
sản chống lại giai cấp tư sản

dans leur critique du régime bourgeois, ils utilisaient
l'étendard de la bourgeoisie paysanne et de la petite
bourgeoisie

trong việc phê phán chế độ tư sản, họ đã sử dụng tiêu chuẩn của giai cấp tư sản nông dân và tiểu tư sản

et, du point de vue de ces classes intermédiaires, ils prennent le relais de la classe ouvrière

Và từ quan điểm của các giai cấp trung gian này, họ đảm nhận những cú hích cho giai cấp công nhân

C'est ainsi qu'est né le socialisme petit-bourgeois, dont Sismondi était le chef de cette école, non seulement en France, mais aussi en Angleterre

Do đó, nảy sinh Chủ nghĩa xã hội tư sản nhỏ, trong đó Sismondi là người đứng đầu trường này, không chỉ ở Pháp mà còn ở Anh

Cette école du socialisme a disséqué avec une grande acuité les contradictions des conditions de la production moderne

Trường phái chủ nghĩa xã hội này đã mổ xẻ rất nhạy bén những mâu thuẫn trong điều kiện sản xuất hiện đại

Cette école a mis à nu les excuses hypocrites des économistes

Trường phái này đã vạch trần những lời xin lỗi đạo đức giả của các nhà kinh tế

Cette école prouva sans conteste les effets désastreux du machinisme et de la division du travail

Ngôi trường này đã chứng minh, không thể chối cãi, những tác động tai hại của máy móc và phân công lao động

elle prouvait la concentration du capital et de la terre entre quelques mains

Nó đã chứng minh sự tập trung vốn và đất đai trong một vài bàn tay

elle a prouvé comment la surproduction conduit à des crises bourgeoises

nó đã chứng minh sản xuất dư thừa dẫn đến khủng hoảng tư sản như thế nào

il soulignait la ruine inévitable de la petite bourgeoisie et des paysans

nó chỉ ra sự hủy hoại không thể tránh khỏi của giai cấp tư sản và nông dân nhỏ

la misère du prolétariat, l'anarchie de la production, les inégalités criantes dans la répartition des richesses

sự khốn khổ của giai cấp vô sản, tình trạng vô chính phủ trong sản xuất, sự bất bình đẳng khóc lóc trong phân phối của cải

Il a montré comment le système de production mène la guerre industrielle d'extermination entre les nations

Nó cho thấy hệ thống sản xuất dẫn đầu cuộc chiến tranh hủy diệt công nghiệp giữa các quốc gia như thế nào

la dissolution des vieux liens moraux, des vieilles relations familiales, des vieilles nationalités

sự tan rã của các mối ràng buộc đạo đức cũ, của các mối quan hệ gia đình cũ, của các dân tộc cũ

Dans ses objectifs positifs, cependant, cette forme de socialisme aspire à réaliser l'une des deux choses suivantes

Tuy nhiên, trong những mục tiêu tích cực của nó, hình thức chủ nghĩa xã hội này mong muốn đạt được một trong hai điều

soit elle vise à restaurer les anciens moyens de production et d'échange

hoặc nó nhằm mục đích khôi phục các phương tiện sản xuất và trao đổi cũ

et avec les anciens moyens de production, elle rétablirait les anciens rapports de propriété et l'ancienne société

và với tư liệu sản xuất cũ, nó sẽ khôi phục lại quan hệ sở hữu cũ và xã hội cũ

ou bien elle vise à enfermer les moyens modernes de production et d'échange dans l'ancien cadre des rapports de propriété

hoặc nó nhằm mục đích nhồi nhét các phương tiện sản xuất và trao đổi hiện đại vào khuôn khổ cũ của quan hệ sở hữu

Dans un cas comme dans l'autre, elle est à la fois réactionnaire et utopique

Trong cả hai trường hợp, nó vừa phản động vừa không tưởng

Ses derniers mots sont : guildes corporatives pour la fabrication, relations patriarcales dans l'agriculture

Những lời cuối cùng của nó là: bang hội công ty sản xuất, quan hệ gia trưởng trong nông nghiệp

En fin de compte, lorsque les faits historiques obstinés ont dispersé tous les effets enivrants de l'auto-tromperie

Cuối cùng, khi các sự kiện lịch sử cứng đầu đã phân tán tất cả các tác động say sưa của sự tự lừa dối

cette forme de socialisme se termina par un misérable accès de pitié

hình thức chủ nghĩa xã hội này đã kết thúc trong một sự thương hại khốn khổ

c) Le socialisme allemand, ou « vrai »
c) Chủ nghĩa xã hội Đức, hoặc "Đúng",

La littérature socialiste et communiste de France est née sous la pression d'une bourgeoisie au pouvoir
Văn học xã hội chủ nghĩa và cộng sản Pháp bắt nguồn dưới áp lực của giai cấp tư sản nắm quyền
Et cette littérature était l'expression de la lutte contre ce pouvoir
Và văn học này là biểu hiện của cuộc đấu tranh chống lại quyền lực này
elle a été introduite en Allemagne à une époque où la bourgeoisie venait de commencer sa lutte contre l'absolutisme féodal
nó được du nhập vào Đức vào thời điểm giai cấp tư sản mới bắt đầu cuộc cạnh tranh với chế độ tuyệt đối phong kiến
Les philosophes allemands, les prétendus philosophes et les beaux esprits, s'emparèrent avidement de cette littérature
Các triết gia Đức, những triết gia tương lai, và những người theo chủ nghĩa esprits, háo hức nắm bắt tài liệu này
mais ils oubliaient que les écrits avaient émigré de France en Allemagne sans apporter avec eux les conditions sociales françaises
nhưng họ quên rằng các tác phẩm di cư từ Pháp vào Đức mà không mang theo các điều kiện xã hội Pháp
Au contact des conditions sociales allemandes, cette littérature française perd toute sa signification pratique immédiate
Tiếp xúc với điều kiện xã hội Đức, văn học Pháp này đã mất tất cả ý nghĩa thực tiễn ngay lập tức
et la littérature communiste de France a pris un aspect purement littéraire dans les cercles académiques allemands
và văn học Cộng sản Pháp giả định một khía cạnh văn học thuần túy trong giới học thuật Đức

Ainsi, les exigences de la première Révolution française n'étaient rien d'autre que les exigences de la « raison pratique »

Do đó, những đòi hỏi của Cách mạng Pháp lần thứ nhất không gì khác hơn là những đòi hỏi của "Lý do thực tiễn"

et l'expression de la volonté de la bourgeoisie française révolutionnaire signifiait à leurs yeux la loi de la volonté pure

và lời thốt ra ý chí của giai cấp tư sản cách mạng Pháp biểu thị trong mắt họ quy luật ý chí trong sáng

il signifiait la Volonté telle qu'elle devait être ; de la vraie Volonté humaine en général

nó biểu thị Ý chí như nó bị ràng buộc; của ý chí con người thực sự nói chung

Le monde des lettrés allemands ne consistait qu'à mettre les nouvelles idées françaises en harmonie avec leur ancienne conscience philosophique

Thế giới của giới văn học Đức chỉ bao gồm việc đưa những ý tưởng mới của Pháp vào sự hài hòa với lương tâm triết học cổ xưa của họ

ou plutôt, ils ont annexé les idées françaises sans déserter leur propre point de vue philosophique

hay đúng hơn, họ thôn tính các tư tưởng của Pháp mà không từ bỏ quan điểm triết học của riêng họ

Cette annexion s'est faite de la même manière que l'on s'approprie une langue étrangère, c'est-à-dire par la traduction

Sự sáp nhập này diễn ra giống như cách mà một ngôn ngữ nước ngoài bị chiếm đoạt, cụ thể là bằng cách dịch

Il est bien connu comment les moines ont écrit des vies stupides de saints catholiques sur des manuscrits

Ai cũng biết các tu sĩ đã viết những cuộc đời ngớ ngẩn của các Thánh Công giáo như thế nào trên các bản thảo

les manuscrits sur lesquels les œuvres classiques de l'ancien paganisme avaient été écrites

Các bản thảo mà trên đó các tác phẩm cổ điển của
Heathendom cổ đại đã được viết

**Les lettrés allemands ont inversé ce processus avec la
littérature française profane**

Giới văn học Đức đã đảo ngược quá trình này bằng văn học
Pháp tục tĩu

**Ils ont écrit leurs absurdités philosophiques sous l'original
français**

Họ đã viết những điều vô nghĩa triết học của họ bên dưới bản
gốc tiếng Pháp

**Par exemple, sous la critique française des fonctions
économiques de l'argent, ils ont écrit « L'aliénation de
l'humanité »**

Chẳng hạn, bên dưới những lời chỉ trích của Pháp về các chức
năng kinh tế của tiền, họ đã viết "Sự tha hóa của nhân loại"

**au-dessous de la critique française de l'État bourgeois, ils
écrivaient « détrônement de la catégorie du général »**

dưới sự chỉ trích của Pháp đối với Nhà nước Tư sản, họ đã
viết "truất ngôi Thể loại tướng"

**L'introduction de ces phrases philosophiques à la fin des
critiques historiques françaises qu'ils ont baptisées :**

Sự ra đời của những cụm từ triết học này ở phía sau những lời
phê bình lịch sử Pháp mà họ đặt tên:

**« Philosophie de l'action », « Vrai socialisme », « Science
allemande du socialisme », « Fondement philosophique du
socialisme », etc**

"Triết học hành động", "Chủ nghĩa xã hội đích thực", "Khoa
học chủ nghĩa xã hội Đức", "Nền tảng triết học của chủ nghĩa
xã hội", v.v

**La littérature socialiste et communiste française est ainsi
complètement émasculée**

Văn học xã hội chủ nghĩa và cộng sản Pháp vì thế hoàn toàn bị
suy yếu

**entre les mains des philosophes allemands, elle cessa
d'exprimer la lutte d'une classe contre l'autre**

trong tay các nhà triết học Đức, nó không còn thể hiện cuộc
đấu tranh của giai cấp này với giai cấp khác

**et c'est ainsi que les philosophes allemands se sentaient
conscients d'avoir surmonté « l'unilatéralité française »**

và vì vậy các nhà triết học Đức cảm thấy ý thức được đã vượt
qua "tính một chiều của Pháp"

**Il n'avait pas à représenter de vraies exigences, mais plutôt
des exigences de vérité**

Nó không phải đại diện cho những đòi hỏi thực sự, thay vào
đó, nó đại diện cho những đòi hỏi của sự thật

**il n'y avait pas d'intérêt pour le prolétariat, mais plutôt pour
la nature humaine**

không có hứng thú với giai cấp vô sản, thay vào đó, có sự
quan tâm đến Bản chất con người

**l'intérêt était dans l'Homme en général, qui n'appartient à
aucune classe et n'a pas de réalité**

mỗi quan tâm là Con người nói chung, người không thuộc về
giai cấp và không có thực tế

**un homme qui n'existe que dans le royaume brumeux de la
fantaisie philosophique**

Một người đàn ông chỉ tồn tại trong cõi sương mù của tưởng
tượng triết học

**mais finalement, ce socialisme allemand d'écolier perdit
aussi son innocence pédante**

nhưng cuối cùng cậu học sinh Chủ nghĩa xã hội Đức này cũng
mất đi sự ngây thơ mô phạm

**la bourgeoisie allemande, et surtout la bourgeoisie
prussienne, luttait contre l'aristocratie féodale**

giai cấp tư sản Đức, và đặc biệt là giai cấp tư sản Phổ đã chiến
đấu chống lại chế độ quý tộc phong kiến

**la monarchie absolue de l'Allemagne et de la Prusse était
également combattue**

chế độ quân chủ tuyệt đối của Đức và Phổ cũng đang bị chống
lại

**Et à son tour, la littérature du mouvement libéral est
également devenue plus sérieuse**

Và đến lượt mình, văn học của phong trào tự do cũng trở nên nghiêm túc hơn

L'Allemagne a eu l'occasion longtemps souhaitée par le « vrai » socialisme de se voir offrir

Cơ hội mong muốn từ lâu của Đức cho chủ nghĩa xã hội "thực sự" đã được cung cấp

l'occasion de confronter le mouvement politique aux revendications socialistes

cơ hội đối đầu với phong trào chính trị với các yêu cầu xã hội chủ nghĩa;

l'occasion de jeter les anathèmes traditionnels contre le libéralisme

Cơ hội ném những lời nguyền rủa truyền thống chống lại chủ nghĩa tự do

l'occasion d'attaquer le gouvernement représentatif et la concurrence bourgeoise

cơ hội tấn công chính phủ đại diện và cạnh tranh tư sản

Liberté de la presse bourgeoise, législation bourgeoise, liberté et égalité bourgeoise

Tư sản tự do báo chí, pháp luật tư sản, tự do và bình đẳng tư sản

Tout cela pourrait maintenant être critiqué dans le monde réel, plutôt que dans la fantaisie

Tất cả những điều này bây giờ có thể được phê bình trong thế giới thực, thay vì trong tưởng tượng

L'aristocratie féodale et la monarchie absolue prêchaient depuis longtemps aux masses

Chế độ quý tộc phong kiến và chế độ quân chủ tuyệt đối từ lâu đã rao giảng cho quần chúng

« L'ouvrier n'a rien à perdre, et il a tout à gagner »

"Người lao động không có gì để mất, và anh ta có mọi thứ để đạt được"

le mouvement bourgeois offrait aussi une chance de se confronter à ces platitudes

phong trào tư sản cũng tạo cơ hội để đối đầu với những lời nhàm chán này

la critique française présupposait l'existence d'une société
bourgeoise moderne

sự chỉ trích của Pháp giả định sự tồn tại của xã hội tư sản hiện
đại

Conditions économiques d'existence de la bourgeoisie et
constitution politique de la bourgeoisie

Điều kiện kinh tế tư sản tồn tại và hiến pháp chính trị tư sản

les choses mêmes dont la réalisation était l'objet de la lutte
imminente en Allemagne

chính những điều mà thành tựu của họ là đối tượng của cuộc
đấu tranh đang chờ xử lý ở Đức

L'écho stupide du socialisme en Allemagne a abandonné ces
objectifs juste à temps

Tiếng vang ngớ ngẩn của chủ nghĩa xã hội Đức đã từ bỏ
những mục tiêu này chỉ trong một khoảng thời gian ngắn

Les gouvernements absolus avaient leur suite de pasteurs,
de professeurs, d'écuyers de campagne et de fonctionnaires

Các chính phủ tuyệt đối có những người theo dõi các giáo sĩ,
giáo sư, cận vệ và quan chức quốc gia

le gouvernement de l'époque a répondu aux soulèvements
de la classe ouvrière allemande par des coups de fouet et des
balles

chính phủ thời đó đã gặp phải sự trỗi dậy của tầng lớp lao
động Đức bằng những cú đánh và đạn

pour eux, ce socialisme était un épouvantail bienvenu contre
la bourgeoisie menaçante

đối với họ, chủ nghĩa xã hội này phục vụ như một bù nhìn
chào đón chống lại giai cấp tư sản đe dọa

et le gouvernement allemand a pu offrir un dessert sucré
après les pilules amères qu'il a distribuées

và chính phủ Đức đã có thể cung cấp một món tráng miệng
ngọt ngào sau những viên thuốc đắng mà họ phát ra

ce « vrai » socialisme servait donc aux gouvernements
d'arme pour combattre la bourgeoisie allemande

Do đó, chủ nghĩa xã hội "chân chính" này phục vụ các chính
phủ như một vũ khí để chống lại giai cấp tư sản Đức

et, en même temps, il représentait directement un intérêt réactionnaire ; celle des Philistins allemands

đồng thời, trực tiếp đại diện cho lợi ích phản động; của người Philistines Đức

En Allemagne, la petite bourgeoisie est la véritable base sociale de l'état de choses actuel

Ở Đức, giai cấp tư sản nhỏ là cơ sở xã hội thực sự của tình trạng hiện tại

une relique du XVIe siècle qui n'a cessé de surgir sous diverses formes

Một di tích của thế kỷ XVI đã liên tục được cắt xén dưới nhiều hình thức khác nhau

Conserver cette classe, c'est préserver l'état de choses existant en Allemagne

Để bảo tồn giai cấp này là bảo tồn tình trạng hiện có của sự vật ở Đức

La suprématie industrielle et politique de la bourgeoisie menace la petite bourgeoisie d'une destruction certaine

Quyền lực tối cao về công nghiệp và chính trị của giai cấp tư sản đe dọa giai cấp tư sản nhỏ với sự hủy diệt nhất định

d'une part, elle menace de détruire la petite bourgeoisie par la concentration du capital

một mặt, nó đe dọa tiêu diệt giai cấp tư sản nhỏ thông qua việc tập trung tư bản

d'autre part, la bourgeoisie menace de la détruire par l'avènement d'un prolétariat révolutionnaire

mặt khác, giai cấp tư sản đe dọa tiêu diệt nó thông qua sự trỗi dậy của giai cấp vô sản cách mạng

Le « vrai » socialisme semblait faire d'une pierre deux coups. Il s'est répandu comme une épidémie

Chủ nghĩa xã hội "thật" dường như giết chết hai con chim này bằng một hòn đá. Nó lây lan như một dịch bệnh

La robe de toiles d'araignées spéculatives, brodée de fleurs de rhétorique, trempée dans la rosée du sentiment maladif

Chiếc áo choàng mạng nhện đầu cơ, thêu hoa hùng biện, ngập trong sương của tình cảm bệnh hoạn

cette robe transcendantale dans laquelle les socialistes allemands enveloppaient leurs tristes « vérités éternelles »

chiếc áo choàng siêu việt này trong đó những người Xã hội Đức bọc "sự thật vĩnh cửu" đáng tiếc của họ

tout de peau et d'os, servaient à augmenter merveilleusement la vente de leurs marchandises auprès d'un public aussi

tất cả da và xương, phục vụ để tăng doanh số bán hàng hóa của họ một cách tuyệt vời giữa một công chúng như vậy

Et de son côté, le socialisme allemand reconnaissait de plus en plus sa propre vocation

Và về phần mình, chủ nghĩa xã hội Đức ngày càng nhận ra tiếng gọi của chính mình

on l'appelait à être le représentant grandiloquent de la petite-bourgeoisie philistine

nó được gọi là đại diện khoa trương của tiểu tư sản Philistine

Il proclamait que la nation allemande était la nation modèle, et le petit philistin allemand l'homme modèle

Nó tuyên bố quốc gia Đức là quốc gia kiểu mẫu, và Philistine nhỏ bé người Đức là người đàn ông mẫu mực

À chaque méchanceté de cet homme modèle, elle donnait une interprétation socialiste cachée, plus élevée

Đối với mỗi ý nghĩa xấu xa của người đàn ông kiểu mẫu này, nó đã đưa ra một cách giải thích xã hội chủ nghĩa ẩn giấu, cao hơn,

cette interprétation socialiste supérieure était l'exact contraire de son caractère réel

cách giải thích xã hội chủ nghĩa cao hơn này hoàn toàn trái ngược với đặc điểm thực sự của nó

Il est allé jusqu'à s'opposer directement à la tendance « brutalement destructrice » du communisme

Nó đã đi đến cực hạn để trực tiếp chống lại xu hướng "phá hoại tàn bạo" của chủ nghĩa cộng sản

et il proclamait son mépris suprême et impartial de toutes les luttes de classes

và nó tuyên bố sự khinh miệt tối cao và vô tư của nó đối với tất cả các cuộc đấu tranh giai cấp

À de très rares exceptions près, toutes les publications dites socialistes et communistes qui circulent aujourd'hui (1847) en Allemagne appartiennent au domaine de cette littérature nauséabonde et énervante

Với rất ít ngoại lệ, tất cả các ấn phẩm được gọi là Xã hội chủ nghĩa và Cộng sản mà bây giờ (1847) lưu hành ở Đức đều thuộc về lĩnh vực văn học hôi thối và tràn đầy năng lượng này

2) Le socialisme conservateur ou le socialisme bourgeois
2) Chủ nghĩa xã hội bảo thủ, hay chủ nghĩa xã hội tư sản

Une partie de la bourgeoisie est désireuse de redresser les griefs sociaux
Một bộ phận của giai cấp tư sản mong muốn giải quyết những bất bình xã hội

afin d'assurer la pérennité de la société bourgeoise
nhằm bảo đảm sự tồn tại liên tục của xã hội tư sản

C'est à cette section qu'appartiennent les économistes, les philanthropes, les humanitaires
Phần này thuộc về các nhà kinh tế, nhà từ thiện, nhà nhân đạo

améliorateurs de la condition de la classe ouvrière et organisateurs de la charité
cải thiện tình trạng của giai cấp công nhân và những người tổ chức từ thiện

membres des sociétés de prévention de la cruauté envers les animaux
thành viên của các hiệp hội phòng chống tàn ác đối với động vật

fanatiques de la tempérance, réformateurs de toutes sortes imaginables
Những kẻ cuồng tín ôn hòa, những nhà cải cách lỗ hổng và góc khuất của mọi loại có thể tưởng tượng được

Cette forme de socialisme a, d'ailleurs, été élaborée en systèmes complets
Hơn nữa, hình thức chủ nghĩa xã hội này đã được thực hiện thành các hệ thống hoàn chỉnh

On peut citer la « Philosophie de la Misère » de Proudhon comme exemple de cette forme
Chúng ta có thể trích dẫn "Philosophie de la Misère" của Proudhon như một ví dụ về hình thức này

La bourgeoisie socialiste veut tous les avantages des conditions sociales modernes
Giai cấp tư sản xã hội chủ nghĩa muốn tất cả những lợi thế của điều kiện xã hội hiện đại

mais la bourgeoisie socialiste ne veut pas nécessairement des luttes et des dangers qui en résultent

nhưng giai cấp tư sản xã hội chủ nghĩa không nhất thiết muốn kết quả đấu tranh và nguy hiểm

Ils désirent l'état actuel de la société, sans ses éléments révolutionnaires et désintégrateurs

Họ mong muốn tình trạng hiện tại của xã hội, trừ đi các yếu tố cách mạng và tan rã của nó

c'est-à-dire qu'ils veulent une bourgeoisie sans prolétariat

nói cách khác, họ mong muốn một giai cấp tư sản không có giai cấp vô sản

La bourgeoisie conçoit naturellement le monde dans lequel elle est souveraine d'être la meilleure

Giai cấp tư sản tự nhiên quan niệm thế giới trong đó nó là tối cao để trở thành tốt nhất

et le socialisme bourgeois développe cette conception confortable en divers systèmes plus ou moins complets

và chủ nghĩa xã hội tư sản phát triển quan niệm thoải mái này thành nhiều hệ thống ít nhiều hoàn chỉnh

ils voudraient beaucoup que le prolétariat marche droit dans la Nouvelle Jérusalem sociale

họ rất muốn giai cấp vô sản tiến thẳng vào xã hội New Jerusalem

Mais en réalité, elle exige du prolétariat qu'il reste dans les limites de la société existante

Nhưng trên thực tế, nó đòi hỏi giai cấp vô sản phải ở trong giới hạn của xã hội hiện hữu

ils demandent au prolétariat de se débarrasser de toutes ses idées haineuses sur la bourgeoisie

họ yêu cầu giai cấp vô sản vứt bỏ mọi tư tưởng thù hận của họ liên quan đến giai cấp tư sản

il y a une seconde forme plus pratique, mais moins systématique, de ce socialisme

có một hình thức thứ hai thực tế hơn, nhưng ít hệ thống hơn, của chủ nghĩa xã hội này

Cette forme de socialisme cherchait à déprécier tout mouvement révolutionnaire aux yeux de la classe ouvrière

Hình thức chủ nghĩa xã hội này đã tìm cách hạ thấp mọi phong trào cách mạng trong mắt giai cấp công nhân

Ils soutiennent qu'aucune simple réforme politique ne pourrait leur être d'un quelconque avantage

Họ lập luận rằng không có cải cách chính trị đơn thuần nào có thể mang lại bất kỳ lợi thế nào cho họ

Seul un changement dans les conditions matérielles d'existence dans les relations économiques est bénéfique

Chỉ có một sự thay đổi trong các điều kiện vật chất của sự tồn tại trong quan hệ kinh tế là có lợi

Comme le communisme, cette forme de socialisme prône un changement des conditions matérielles d'existence

Giống như chủ nghĩa cộng sản, hình thức chủ nghĩa xã hội này chủ trương thay đổi các điều kiện vật chất của sự tồn tại

Cependant, cette forme de socialisme ne suggère nullement l'abolition des rapports de production bourgeois

tuy nhiên, hình thức chủ nghĩa xã hội này không có nghĩa là xóa bỏ quan hệ sản xuất tư sản

l'abolition des rapports de production bourgeois ne peut se faire que par la révolution

việc xóa bỏ quan hệ sản xuất tư sản chỉ có thể đạt được thông qua một cuộc cách mạng

Mais au lieu d'une révolution, cette forme de socialisme suggère des réformes administratives

Nhưng thay vì một cuộc cách mạng, hình thức chủ nghĩa xã hội này gợi ý cải cách hành chính

et ces réformes administratives seraient fondées sur la pérennité de ces relations

Và những cải cách hành chính này sẽ dựa trên sự tồn tại liên tục của các mối quan hệ này

réformes qui n'affectent en rien les rapports entre le capital et le travail

Do đó, cải cách không ảnh hưởng đến quan hệ giữa tư bản và lao động

au mieux, de telles réformes réduisent le coût et simplifient le travail administratif du gouvernement bourgeois

tốt nhất, những cải cách như vậy làm giảm chi phí và đơn giản hóa công việc hành chính của chính phủ tư sản

Le socialisme bourgeois atteint une expression adéquate lorsque, et seulement lorsque, il devient une simple figure de style

Chủ nghĩa xã hội tư sản đạt được sự thể hiện đầy đủ, khi nào, và chỉ khi, nó trở thành một hình ảnh đơn thuần của lời nói

Le libre-échange : au profit de la classe ouvrière

Thương mại tự do: vì lợi ích của giai cấp công nhân

Les devoirs protecteurs : au profit de la classe ouvrière

Nhiệm vụ bảo vệ: vì lợi ích của giai cấp công nhân

Réforme pénitentiaire : au profit de la classe ouvrière

Cải cách nhà tù: vì lợi ích của giai cấp công nhân

C'est le dernier mot et le seul mot sérieux du socialisme bourgeois

Đây là lời cuối cùng và là từ có ý nghĩa nghiêm túc duy nhất của chủ nghĩa xã hội tư sản

Elle se résume dans la phrase : la bourgeoisie est une bourgeoisie au profit de la classe ouvrière

Nó được tóm tắt trong cụm từ: giai cấp tư sản là một giai cấp tư sản vì lợi ích của giai cấp công nhân

3) Socialisme et communisme utopiques critiques
3) Chủ nghĩa xã hội và chủ nghĩa cộng sản không tưởng phê phán

Nous ne nous référons pas ici à la littérature qui a toujours donné la parole aux revendications du prolétariat
Ở đây chúng ta không đề cập đến nền văn học luôn luôn nói lên những đòi hỏi của giai cấp vô sản
cela a été présent dans toutes les grandes révolutions modernes, comme les écrits de Babeuf et d'autres
điều này đã có mặt trong mọi cuộc cách mạng hiện đại vĩ đại, chẳng hạn như các tác phẩm của Babeuf và những người khác
Les premières tentatives directes du prolétariat pour parvenir à ses propres fins échouèrent nécessairement
Những nỗ lực trực tiếp đầu tiên của giai cấp vô sản để đạt được mục đích riêng của mình nhất thiết đã thất bại
Ces tentatives ont été faites dans des temps d'effervescence universelle, lorsque la société féodale était renversée
Những nỗ lực này được thực hiện trong thời kỳ phấn khích phổ quát, khi xã hội phong kiến bị lật đổ
L'état alors peu développé du prolétariat a conduit à l'échec de ces tentatives
Nhà nước vô sản lúc đó chưa phát triển đã dẫn đến những nỗ lực đó thất bại
et ils ont échoué en raison de l'absence des conditions économiques pour son émancipation
Và họ đã thất bại do không có điều kiện kinh tế để giải phóng nó
conditions qui n'avaient pas encore été produites, et qui ne pouvaient être produites que par l'époque de la bourgeoisie
những điều kiện chưa được tạo ra, và chỉ có thể được tạo ra bởi thời đại tư sản sắp xảy ra
La littérature révolutionnaire qui accompagnait ces premiers mouvements du prolétariat avait nécessairement un caractère réactionnaire

Văn học cách mạng đi kèm với những phong trào đầu tiên của giai cấp vô sản nhất thiết phải có tính chất phản động

Cette littérature inculquait l'ascétisme universel et le nivellement social dans sa forme la plus grossière

Văn học này khắc sâu chủ nghĩa khổ hạnh phổ quát và san bằng xã hội ở dạng thô sơ nhất của nó

Les systèmes socialistes et communistes, proprement dits, naissent au début de la période sous-développée

Các hệ thống xã hội chủ nghĩa và cộng sản, được gọi đúng như vậy, xuất hiện trong thời kỳ đầu chưa phát triển

Saint-Simon, Fourier, Owen et d'autres, ont décrit la lutte entre le prolétariat et la bourgeoisie (voir section 1)

Saint-Simon, Fourier, Owen và những người khác, đã mô tả cuộc đấu tranh giữa giai cấp vô sản và giai cấp tư sản (xem Phần 1)

Les fondateurs de ces systèmes voient, en effet, les antagonismes de classe

Những người sáng lập ra các hệ thống này thực sự nhìn thấy sự đối kháng giai cấp

Ils voient aussi l'action des éléments en décomposition, dans la forme dominante de la société

Họ cũng nhìn thấy hành động của các yếu tố phân hủy, trong hình thức phổ biến của xã hội

Mais le prolétariat, encore à ses débuts, leur offre le spectacle d'une classe sans aucune initiative historique

Nhưng giai cấp vô sản, vẫn còn trong giai đoạn sơ khai, mang đến cho họ cảnh tượng của một giai cấp không có bất kỳ sáng kiến lịch sử nào

Ils voient le spectacle d'une classe sociale sans aucun mouvement politique indépendant

Họ nhìn thấy cảnh tượng của một tầng lớp xã hội không có bất kỳ phong trào chính trị độc lập nào

Le développement de l'antagonisme de classe va de pair avec le développement de l'industrie

Sự phát triển của sự đối kháng giai cấp theo kịp với sự phát triển của công nghiệp

La situation économique ne leur offre donc pas encore les conditions matérielles de l'émancipation du prolétariat

Vì vậy, tình hình kinh tế chưa cung cấp cho họ những điều kiện vật chất để giải phóng giai cấp vô sản

Ils cherchent donc une nouvelle science sociale, de nouvelles lois sociales, qui doivent créer ces conditions

Do đó, họ tìm kiếm một khoa học xã hội mới, theo sau các luật xã hội mới, để tạo ra những điều kiện này

l'action historique, c'est céder à leur action inventive personnelle

Hành động lịch sử là nhượng bộ hành động sáng tạo cá nhân của họ

Les conditions d'émancipation créées historiquement doivent céder la place à des conditions fantastiques

Các điều kiện giải phóng được tạo ra trong lịch sử là nhường chỗ cho những điều kiện tuyệt vời

et l'organisation de classe graduelle et spontanée du prolétariat doit céder la place à l'organisation de la société

và tổ chức giai cấp dần dần, tự phát của giai cấp vô sản là nhường nhịn tổ chức xã hội

l'organisation de la société spécialement conçue par ces inventeurs

Tổ chức xã hội được tạo ra đặc biệt bởi những nhà phát minh này

L'histoire future se résout, à leurs yeux, dans la propagande et l'exécution pratique de leurs projets sociaux

Lịch sử tương lai tự giải quyết, trong mắt họ, vào việc tuyên truyền và thực hiện thực tế các kế hoạch xã hội của họ

Dans l'élaboration de leurs plans, ils ont conscience de s'occuper avant tout des intérêts de la classe ouvrière

Trong việc hình thành các kế hoạch của họ, họ có ý thức quan tâm chủ yếu đến lợi ích của giai cấp công nhân

Ce n'est que du point de vue d'être la classe la plus souffrante que le prolétariat existe pour eux

Chỉ từ quan điểm là giai cấp đau khổ nhất, giai cấp vô sản mới tồn tại đối với họ

L'état sous-développé de la lutte des classes et leur propre environnement informent leurs opinions

Tình trạng chưa phát triển của cuộc đấu tranh giai cấp và môi trường xung quanh của chính họ thông báo cho ý kiến của họ

Les socialistes de ce genre se considèrent comme bien supérieurs à tous les antagonismes de classe

Những người xã hội chủ nghĩa thuộc loại này tự coi mình vượt trội hơn nhiều so với tất cả các đối kháng giai cấp

Ils veulent améliorer la condition de tous les membres de la société, même celle des plus favorisés

Họ muốn cải thiện điều kiện của mọi thành viên trong xã hội, ngay cả những người được ưu ái nhất

Par conséquent, ils s'adressent habituellement à la société dans son ensemble, sans distinction de classe

Do đó, họ có thói quen thu hút xã hội nói chung, không phân biệt giai cấp

Bien plus, ils font appel à la société dans son ensemble de préférence à la classe dirigeante

Không, họ thu hút xã hội nói chung bằng cách ưu tiên cho giai cấp thống trị

Pour eux, tout ce qu'il faut, c'est que les autres comprennent leur système

Đối với họ, tất cả những gì nó đòi hỏi là để người khác hiểu hệ thống của họ

Car comment les gens peuvent-ils ne pas voir que le meilleur plan possible est le meilleur état possible de la société ?

Bởi vì làm thế nào mọi người có thể không thấy rằng kế hoạch tốt nhất có thể là cho tình trạng tốt nhất có thể của xã hội?

C'est pourquoi ils rejettent toute action politique, et surtout toute action révolutionnaire

Do đó, họ bác bỏ mọi hành động chính trị, và đặc biệt là tất cả các hành động cách mạng

ils veulent arriver à leurs fins par des moyens pacifiques

Họ muốn đạt được mục đích của họ bằng các biện pháp hòa bình

ils s'efforcent, par de petites expériences, qui sont
nécessairement vouées à l'échec

Họ nỗ lực, bằng những thí nghiệm nhỏ, nhất thiết phải cam
chịu thất bại

et par la force de l'exemple, ils essaient d'ouvrir la voie au
nouvel Évangile social

và bằng sức mạnh của tấm gương, họ cố gắng mở đường cho
Tin Mừng xã hội mới

De tels tableaux fantastiques de la société future, peints à
une époque où le prolétariat est encore dans un état très
sous-développé

Những bức tranh tuyệt vời như vậy về xã hội tương lai, được
vẽ vào thời điểm giai cấp vô sản vẫn còn trong tình trạng rất
kém phát triển

et il n'a encore qu'une conception fantasmatique de sa
propre position

Và nó vẫn chỉ có một quan niệm tuyệt vời về vị trí riêng của
nó

Mais leurs premières aspirations instinctives correspondent
aux aspirations du prolétariat

Nhưng những khao khát bản năng đầu tiên của họ tương ứng
với những khao khát của giai cấp vô sản

L'un et l'autre aspirent à une reconstruction générale de la
société

Cả hai đều khao khát một sự tái thiết chung của xã hội

Mais ces publications socialistes et communistes
contiennent aussi un élément critique

Nhưng những ấn phẩm xã hội chủ nghĩa và cộng sản này
cũng chứa đựng một yếu tố quan trọng

Ils s'attaquent à tous les principes de la société existante

Họ tấn công mọi nguyên tắc của xã hội hiện tại

C'est pourquoi ils sont remplis des matériaux les plus
précieux pour l'illumination de la classe ouvrière

Do đó, chúng có đầy đủ các tài liệu quý giá nhất cho sự giác
ngộ của giai cấp công nhân

Ils proposent l'abolition de la distinction entre la ville et la campagne, et la famille

Họ đề nghị bãi bỏ sự phân biệt giữa thị trấn và nông thôn, và gia đình

la suppression de l'exercice de l'industrie pour le compte des particuliers

bãi bỏ việc thực hiện các ngành công nghiệp cho tài khoản của các cá nhân tư nhân

et l'abolition du salariat et la proclamation de l'harmonie sociale

và bãi bỏ hệ thống tiền lương và tuyên bố hòa hợp xã hội

la transformation des fonctions de l'État en une simple surveillance de la production

chuyển đổi các chức năng của Nhà nước thành giám sát sản xuất đơn thuần

Toutes ces propositions ne pointent que vers la disparition des antagonismes de classe

Tất cả những đề xuất này, chỉ chỉ ra sự biến mất của sự đối kháng giai cấp

Les antagonismes de classe ne faisaient alors que surgir

Sự đối kháng giai cấp, vào thời điểm đó, chỉ mới xuất hiện

Dans ces publications, ces antagonismes de classe ne sont reconnus que dans leurs formes les plus anciennes, indistinctes et indéfinies

Trong các ấn phẩm này, các đối kháng giai cấp này chỉ được công nhận ở dạng sớm nhất, không rõ ràng và không xác định

Ces propositions ont donc un caractère purement utopique

Do đó, những đề xuất này có tính chất hoàn toàn không tưởng

La signification du socialisme et du communisme critiques-utopiques est en relation inverse avec le développement historique

Tầm quan trọng của chủ nghĩa xã hội và chủ nghĩa cộng sản phê phán-không tưởng có mối quan hệ nghịch đảo với sự phát triển lịch sử

La lutte de classe moderne se développera et continuera à prendre une forme définitive

Cuộc đấu tranh giai cấp hiện đại sẽ phát triển và tiếp tục hình thành nhất định

Cette réputation fantastique du concours perdra toute valeur pratique

Vị trí tuyệt vời này từ cuộc thi sẽ mất tất cả giá trị thực tế

Ces attaques fantastiques contre les antagonismes de classe perdront toute justification théorique

Những cuộc tấn công tuyệt vời này vào sự đối kháng giai cấp sẽ mất tất cả sự biện minh lý thuyết

Les initiateurs de ces systèmes étaient, à bien des égards, révolutionnaires

Những người khởi xướng các hệ thống này, trong nhiều khía cạnh, là một cuộc cách mạng

Mais leurs disciples n'ont, dans tous les cas, formé que des sectes réactionnaires

Nhưng các đệ tử của họ, trong mọi trường hợp, đã hình thành các giáo phái phản động đơn thuần

Ils s'en tiennent fermement aux vues originales de leurs maîtres

Họ giữ chặt quan điểm ban đầu của chủ nhân của họ

Mais ces vues s'opposent au développement historique progressif du prolétariat

Nhưng những quan điểm này trái ngược với sự phát triển lịch sử tiến bộ của giai cấp vô sản

Ils s'efforcent donc, et cela constamment, d'étouffer la lutte des classes

Do đó, họ cố gắng, và điều đó một cách nhất quán, để làm chết cuộc đấu tranh giai cấp

et ils s'efforcent constamment de concilier les antagonismes de classe

và họ luôn nỗ lực để hòa giải sự đối kháng giai cấp

Ils rêvent encore de la réalisation expérimentale de leurs utopies sociales

Họ vẫn mơ ước thực hiện thực nghiệm những điều không tưởng xã hội của họ

ils rêvent encore de fonder des « phalanstères » isolés et d'établir des « colonies d'origine »

họ vẫn mơ ước thành lập "phalansteres" bị cô lập và thành lập "Thuộc địa nhà"

ils rêvent de mettre en place une « Petite Icarie » – éditions duodecimo de la Nouvelle Jérusalem

họ mơ ước thiết lập một "Little Icaria" — phiên bản duodecimo của Jerusalem Mới

Et ils rêvent de réaliser tous ces châteaux dans les airs

Và họ mơ ước nhận ra tất cả những lâu đài này trên không

Ils sont obligés de faire appel aux sentiments et aux bourses des bourgeois

Họ buộc phải thu hút cảm xúc và ví tiền của giai cấp tư sản

Peu à peu, ils s'enfoncent dans la catégorie des socialistes conservateurs réactionnaires décrits ci-dessus

Theo mức độ, họ chìm vào phạm trù của những người xã hội chủ nghĩa bảo thủ phản động được mô tả ở trên

ils ne diffèrent de ceux-ci que par une pédanterie plus systématique

Chúng khác với những điều này chỉ bởi phương pháp sư phạm có hệ thống hơn

et ils diffèrent par leur croyance fanatique et superstitieuse aux effets miraculeux de leur science sociale

Và họ khác nhau bởi niềm tin cuồng tín và mê tín dị đoan của họ vào những tác động kỳ diệu của khoa học xã hội của họ

Ils s'opposent donc violemment à toute action politique de la part de la classe ouvrière

Do đó, họ phản đối dữ dội mọi hành động chính trị từ phía giai cấp công nhân

une telle action, selon eux, ne peut résulter que d'une incrédulité aveugle dans le nouvel Évangile

Hành động như vậy, theo họ, chỉ có thể là kết quả của sự không tin mù quáng vào Tin Mừng mới

Les owénistes en Angleterre et les fouriéristes en France s'opposent respectivement aux chartistes et aux réformistes

Người Owenites ở Anh và Fourierists ở Pháp, tương ứng, phản đối Chartists và "Réformistes"

Position des communistes par rapport aux divers partis d'opposition existants
Lập trường của những người cộng sản trong mối quan hệ với các đảng đối lập hiện có khác nhau

La section II a mis en évidence les relations des communistes avec les partis ouvriers existants
Phần II đã làm rõ mối quan hệ của những người cộng sản với các đảng của giai cấp công nhân hiện tại
comme les chartistes en Angleterre et les réformateurs agraires en Amérique
chẳng hạn như Chartists ở Anh, và các nhà cải cách nông nghiệp ở Mỹ
Les communistes luttent pour la réalisation des objectifs immédiats
Những người cộng sản đấu tranh để đạt được các mục tiêu trước mắt
Ils luttent pour l'application des intérêts momentanés de la classe ouvrière
Họ đấu tranh cho việc thực thi các lợi ích nhất thời của giai cấp công nhân
Mais dans le mouvement politique d'aujourd'hui, ils représentent et s'occupent aussi de l'avenir de ce mouvement
Nhưng trong phong trào chính trị của hiện tại, họ cũng đại diện và chăm sóc tương lai của phong trào đó
En France, les communistes s'allient avec les social-démocrates
Ở Pháp, những người Cộng sản liên minh với Đảng Dân chủ Xã hội

et ils se positionnent contre la bourgeoisie conservatrice et radicale

và họ tự đặt mình vào vị trí chống lại giai cấp tư sản bảo thủ và cấp tiến

cependant, ils se réservent le droit d'adopter une position critique à l'égard des phrases et des illusions traditionnellement héritées de la grande Révolution

tuy nhiên, họ có quyền chiếm một vị trí quan trọng liên quan đến các cụm từ và ảo tưởng truyền thống được lưu truyền từ cuộc Cách mạng vĩ đại

En Suisse, ils soutiennent les radicaux, sans perdre de vue que ce parti est composé d'éléments antagonistes

Ở Thụy Sĩ, họ ủng hộ những người cấp tiến, mà không đánh mất sự thật rằng đảng này bao gồm các yếu tố đối kháng

en partie des socialistes démocrates, au sens français du terme, en partie de la bourgeoisie radicale

một phần của những người xã hội chủ nghĩa dân chủ, theo nghĩa của Pháp, một phần của giai cấp tư sản cấp tiến

En Pologne, ils soutiennent le parti qui insiste sur la révolution agraire comme condition première de l'émancipation nationale

Ở Ba Lan, họ ủng hộ đảng khăng khăng đòi một cuộc cách mạng nông nghiệp như là điều kiện chính để giải phóng dân tộc

ce parti qui fomenta l'insurrection de Cracovie en 1846

đảng đó đã xúi giục cuộc nổi dậy của Cracow năm 1846

En Allemagne, ils luttent avec la bourgeoisie chaque fois qu'elle agit de manière révolutionnaire

Ở Đức, họ chiến đấu với giai cấp tư sản bất cứ khi nào nó hành động một cách mạng

contre la monarchie absolue, l'escroc féodal et la petite bourgeoisie

chống lại chế độ quân chủ tuyệt đối, chế độ cận vệ phong kiến và giai cấp tư sản nhỏ

Mais ils ne cessent jamais, un seul instant, inculquer à la classe ouvrière une idée particulière

Nhưng họ không bao giờ ngừng, trong một khoảnh khắc, để thấm nhuần vào giai cấp công nhân một ý tưởng cụ thể

la reconnaissance la plus claire possible de l'antagonisme hostile entre la bourgeoisie et le prolétariat

sự thừa nhận rõ ràng nhất có thể về sự đối kháng thù địch giữa giai cấp tư sản và giai cấp vô sản

afin que les ouvriers allemands puissent immédiatement utiliser les armes dont ils disposent

để công nhân Đức có thể ngay lập tức sử dụng vũ khí theo ý của họ

les conditions sociales et politiques que la bourgeoisie doit nécessairement introduire en même temps que sa suprématie

các điều kiện xã hội và chính trị mà giai cấp tư sản nhất thiết phải đưa ra cùng với quyền lực tối cao của nó;

la chute des classes réactionnaires en Allemagne est inévitable

sự sụp đổ của các giai cấp phản động ở Đức là không thể tránh khỏi

et alors la lutte contre la bourgeoisie elle-même peut commencer immédiatement

và sau đó cuộc chiến chống lại chính giai cấp tư sản có thể bắt đầu ngay lập tức

Les communistes tournent leur attention principalement vers l'Allemagne, parce que ce pays est à la veille d'une révolution bourgeoise

Những người cộng sản chuyển sự chú ý của họ chủ yếu sang Đức, bởi vì đất nước đó đang ở trước thềm một cuộc cách mạng tư sản

une révolution qui ne manquera pas de s'accomplir dans des conditions plus avancées de la civilisation européenne

một cuộc cách mạng chắc chắn sẽ được thực hiện trong những điều kiện tiên tiến hơn của nền văn minh châu Âu

Et elle ne manquera pas de se faire avec un prolétariat beaucoup plus développé

Và nó nhất định phải được thực hiện với một giai cấp vô sản phát triển hơn nhiều

un prolétariat plus avancé que celui de l'Angleterre au XVIIe siècle, et celui de la France au XVIIIe siècle

một giai cấp vô sản tiên tiến hơn của Anh vào thế kỷ XVII, và của Pháp vào thế kỷ XVIII

et parce que la révolution bourgeoise en Allemagne ne sera que le prélude d'une révolution prolétarienne qui suivra immédiatement

và bởi vì cuộc cách mạng tư sản ở Đức sẽ chỉ là khúc dạo đầu cho một cuộc cách mạng vô sản ngay sau đó

Bref, partout les communistes soutiennent tout mouvement révolutionnaire contre l'ordre social et politique existant

Nói tóm lại, những người cộng sản ở khắp mọi nơi ủng hộ mọi phong trào cách mạng chống lại trật tự xã hội và chính trị hiện có

Dans tous ces mouvements, ils mettent au premier plan, comme la question maîtresse de chacun d'eux, la question de la propriété

Trong tất cả các phong trào này, họ đưa ra phía trước, như câu hỏi hàng đầu trong mỗi câu hỏi về tài sản

quel que soit son degré de développement dans ce pays à ce moment-là

Bất kể mức độ phát triển của nó là bao nhiêu ở quốc gia đó vào thời điểm đó

Enfin, ils œuvrent partout pour l'union et l'accord des partis démocratiques de tous les pays

Cuối cùng, họ lao động khắp nơi cho sự liên minh và thỏa thuận của các đảng dân chủ của tất cả các quốc gia

Les communistes dédaignent de dissimuler leurs vues et leurs objectifs

Những người cộng sản khinh miệt che giấu quan điểm và mục đích của họ

Ils déclarent ouvertement que leurs fins ne peuvent être atteintes que par le renversement par la force de toutes les conditions sociales existantes

Họ công khai tuyên bố rằng mục đích của họ chỉ có thể đạt được bằng cách lật đổ cưỡng bức tất cả các điều kiện xã hội hiện có

Que les classes dirigeantes tremblent devant une révolution communiste

Hãy để giai cấp thống trị run sợ trước một cuộc cách mạng cộng sản

Les prolétaires n'ont rien d'autre à perdre que leurs chaînes

Những người vô sản không có gì để mất ngoài xiềng xích của họ

Ils ont un monde à gagner

Họ có một thế giới để giành chiến thắng

TRAVAILLEURS DE TOUS LES PAYS, UNISSEZ-VOUS !

NHỮNG NGƯỜI LAO ĐỘNG CỦA TẤT CẢ CÁC NƯỚC, ĐOÀN KẾT!

* 9 7 8 1 8 0 5 7 2 3 8 3 7 *